பள்ளி வாழ்க்கை

AF519224

கலைஞர் மு. கருணாநிதி

Title: Palli Vaazhkai

Author: M. Karunanidhi

Language: Tamil

First Published on: 1952

Year of Publication: 2024

Book Format: Paperback

*Page Size: 6inch * 9inch*

Category: Essays

Subject: Political Essays

No. of pages: 64

ISBN: 978-81-996450-2-8

Published by: Nilan Publishers, Madurai, Tamilnadu, India

Copyright © Nilan Publishers, 2024

பொருளடக்கம்

குறிப்புகளுக்காக

உலைக்கூடத்தில்........!

பள்ளி வாழ்க்கை! படிக்கும் மாணவரின் எண்ணங்களை, பழக்க வழக்கங்களை உருக்கி வளப்படுத்தி, பண்படுத்தி, பண்பட்ட மனித இனத்தை உருவாக்கிடும், உலைக்கூடம், 'பள்ளி வாழ்க்கை'

ஒப்பற்ற கருத்து; ஒவ்வொருவரும் உணர வேண்டிய கருத்து, கலைஞர். மு. கருணாநிதி தந்த கருத்து!

மனிதன் மனிதனாக வாழவேண்டும்! 'வாழ்க்கை வாழ்வதற்கே' என்ற எண்ணத்துடன் வாழவேண்டும் என்ற பாடமாக, 'பள்ளி வாழ்க்கை' அமைக்கப்பட வேண்டும்!

கலைஞர் கருணாநிதியின் கருத்துரைகளை, சிந்தனைத் துளிகளை, வருங்காலச் சிற்பிகளைச் சமைத்துத்தந்திடும் உலைக்கூடமான, 'பள்ளி வாழ்க்கை பற்றிய அவரது எண்ணக்கோட்டையை, ருவாக்கித் தருகிறோம், புத்தக வடிவில், உலைக்கூடம், உருவான, உபயோகமுமுள்ள உலைக்கூடமாகத் திகழவேண்டியதின் அவசியத்தை, நாடும், நாமும் அறிந்து, ஆவன செய்திட வேண்டும், என்ற ஆர்வத்துடிப்பால்!

கலைஞருக்கு எமது நன்றி,

வணக்கம்!

அறிவு மன்றத்தார்.

கலைஞர். மு.கருணா நிதி அவர்கள் தாம் கற்றுத் தேர்ந்த திருவாரூர் நகராண்மைக் கழக உயர் நிலைப்பள்ளியிலும், வேறு சில இடங்களிலும் பேசியவற்றைத் தோழர் மு. நமசிவாயம் அவர்கள் திரட்டியதின் விளைவே 'பள்ளி வாழ்க்கை'.

பள்ளி வாழ்க்கை

பள்ளி வாழ்க்கை! மானிட வாழ்க்கையிலே வளமான ஒரு பகுதி ! மானிடரின் வாழ்வை வளப்படுத்தும் பகுதி, வகைப்படுத்தும் பகுதியாகும்!

மானிட இனம் உலகில் பிறந்து வளர்ந்து, மழலைப் பருவங்கடந்து, பாலப் பருவந் தொடங்கிடும் நேரத்திலே பள்ளி வாழ்க்கையும் தொடங்குகிறது!

பள்ளி வாழ்க்கை புகும்பேறு, ஆம்! இதனைப் பேறு, பாக்கியம் என்றுதான் குறிப்பிட வேண்டும், வெகு சிலருக்குத் தான் இந்த நாட்டில் கிடைக்கிறது, கிடைக்கும் வசதி, வாய்ப்பு, வாழ்க்கைத்தரம், வாழ்க்கை வசதி அமைந்திருக்கிறது.

பள்ளி வாழ்க்கை புகுந்து, பாடங்கள் பல பயின்று, படிக்கத் தெரிந்து பல நூல்களைக் கற்றுத் தெளிந்து, கவிதைக் கடலில், காவியரசத்தில் மூழ்கியெழுந்து, விஞ்ஞானம், சரித்திரம், பூகோளம் போன்ற பல பிரிவு களையும் ஆராய்ந்து தெளிந்து, கற்றோனாக, கலைஞனாக, கவியாக, கதாசிரியனாக, கட்டுரையாசிரியனாக, ஊருக்கு உபதேசித்திடும் உத்தமனாக வெளிவரும் பேறு, பாக்கி யம் பெறும் மானிடக் குழந்தைகள் மிகமிகக் குறைவு! மிகச் சொற்பம்! ஏன்?

வாழ்பவர் பலர், ஆனால் படிப்பவர், படித்தவர் வெகு சிலர், ஏன்? என்ன காரணம்?

படிப்பது பாவமென்ற எண்ணமா? படிப்பதற்குத் தடையா? என்ன?

ஏன், படித்தவர் குறைவு? இங்கே மட்டும் ? இந்த நாட்டில் மட்டும் !

கல்விக் கடவுளாம் சரசுவதிதேவியார் வாழ்ந்திடும் நாடு இதுதானே? 'கல்வியிற் பெரியவன் கம்பன்' என்ற பழமொழி வழங்கிடும் நாடல்லவா, இது ? ஏன் இங்கே கல்விப் பஞ்சம், பள்ளி வாழ்க்கை புகா மாந்தர் அதிகம்? எதனால்?

கல்வி பற்றிய கருத்துக் குறைவா? கல்வியைப் போற்றிடும் கருத்தற்றவர்களா, இங்கு வாழ்ந்திடும் மக்கள்? கற்றாரைப் போற்றும் மதி குறைந்தவர்களா?

அன்றி படிப்பது பாவம் என்ற பண்புதான் படைத்தவர்களா? அல்ல, அல்ல. பின் என்ன காரணம் இந்தத் தற்குறித் தன்மைக்கு ?

பள்ளி வாழ்க்கை என்பதை மட்டும் மேலெழுந்த வாரியாகக் கவனித்தால் இதற்கு விடை காணமுடியாது, கிடைக்கவுங் கிடைக்காது!

பள்ளி-பள்ளிக்கூடம், படிக்குமிடம்,செல்ல, செல்லும் வசதிபெற்ற வாழ்வு, பள்ளி நேரத்திலே, வேறு வேலை செய்திடவேண்டிய நிர்ப்பந்தச் சூழ்நிலையில், பரம்பரையில், பிறந்திடாது, வளமான வாழ்க்கையும், வசதியான சூழ்நிலையும், பணக்காரப் பரம்பரையில் தோன்றியவர். மட்டுமே, (ஒரு சிலர் தவிர, அதுவும் மிக மிகச் சிலர்தான்.) பள்ளி வாழ்க்கை தொடங்குவர், தொடங்குகின்றனர், இந்த நாட்டில்!

மற்றவர், வாழ்வாவது மாயம், இது மண்ணாவது திண்ணம்' என்ற எண்ணத்துடனேயே, "ஏதோ பிறந்தோம், ஏதோ வாழ்ந்தோம், என்று வாழ்வில் ஏதும் பிடிப்பின்றி வறண்ட வாழ்க்கையிலே உழன்று, சுழன்று வாழ்வையெல்லாம் நடைப் பிணங்களாகக் கழித்து முடிக்கின்றனர் !"

வாழ்வில், சுவையின்றி, வாழ்க்கை வாழ்வதற்கே என்ற கோட்பாடு துளியுமின்றி ஏதோ வாழ்கிறோம், என்ற சலிப்புடன், சத்தற்ற வாழ்க்கை நடத்துகின்றனர், நாட்டின் பெரும்பாலான மக்கள் !

எனவே, பள்ளி வாழ்க்கை என்பதைப் பற்றிப் பேசப் புகுமுன், வாழ்க்கை, வாழ்க்கைத் தரம், வாழ்க்கைப் பயன் என்பனபற்றி நாம் தெரிந்து, நன்கு புரிந்து கொள்ள வேண்டிய அவசியத்திலிருக்கிறோம் !

வாழ்க்கை! அதிலும் மனித வாழ்க்கை, மற்ற வாழ்க்கைகளிலிருந்தும் வேறுபட்டது, முற்றிலும் மாறுபட்டதுங் கூட!

உலகில் எவையெவையோ பிறக்கின்றன, வாழவும் வாழ்கின்றன! காடை, கௌதாரி, மைனா, புறா, கிளி, கழுகு, ஆந்தை போன்ற பறவையினங்கள்: புலி, சிங்கம், கரடி, யானை, மான், முயல், பன்றி, நாய், நரி, பூனை, எலி, இன்னபிற மிருக வகைகள், முதலை, மீன், தவளை, நண்டு போன்ற நீரில் வாழும் உயிரினங்களும், பாம்பு, நத்தை, ஆமை முதலிய நீரிலும் நிலத்திலும் வாழ்ந்திடும் இனங்களும், இன்னும் எத்தனையோ வகையானவை வாழ்கின்றன.

இத்தகைய பிற இனங்களிலிருந்து, வேறான, மாறுபட்ட மனித இனம், மற்றெல்லா உயிரினங்களையும் அடக்கி, ஒடுக்கி, தனக்கு உபயோகப்படும் வகையில் மாற்றி, திருத்தி வாழ்ந்து வருகிறது!

உயிர் வாழ்க்கை நடத்தும் மற்ற இன, உயிர்களுக்கும், மனிதனுக்கும் உள்ள வேறுபாடு, மாறுபாடு, மகத்தானது, மிக மிகப்பெரிது. மனிதன் மற்ற உயிரினங்களைவிட உயர்வு, அதிகப்படியான ஒரு அறிவு - பகுத்தறிவு கொண்ட இனமாகும்.

மற்ற உயிரினங்களிலிருந்தும், உயரிய பண்பு. பகுத்தறிந்திடும் பண்பு, நன்மை-தீமை, தேவையானவை,- தேவையற்றவை, வேண்டியவை வேண்டாதவை, இந்த வழி சென்றால் இடர் உண்டாகும், அந்த வழி சென்றால் இன்னல் ஏற்படாது

இன்பந்தரும் என்ற தன்மை, சூழ்நிலையை, சுற்றுச் சார்பை ஆராயுந்திறன்- பகுத்தறிவு பெற்றது, மானிட இனம்!

மானிட இனம் பகுத்தறிவுடன் பிறக்கிறது, எங்கும்! பிறந்த மானிட இனம், பிறந்த இடத்திற்கேற்ற சுற்றுச் சார்பு, தட்பவெட்பம், முதலிய சூழ்நிலைக்கேற்ப பற்பல விதங்களிலே, முறைகளிலே வாழ்க்கையை அமைத்துக் கொண்டு வாழ்க்கையை நடத்துகிறது. அதுமட்டுமல்ல, சுற்றுச்சார்பை, சூழ் நிலையை மாற்றி, முன்னேறுகிறது. தனது பகுத்தறிவைப் பயன்படுத்தி, தட்ப வெட்ப நிலைகளையும் மாற்றி, தனக்கு உதவியாக, தனக்குச் சாதகமான முறையிலே மாற்றியும் அமைத்துக்கொள்கிறது!

ஆரம்பத்தில் மானிட இனம் காட்டு மிராண்டித் தனமாகக் காட்டிலும், மேட்டிலும், ஆற்றிலும், சேற்றிலும், காற்றிலும், கடுங்குளிரிலும் திரிந்துகொண் டிருந்தது. பிறந்த கோலத்திலே மனித இனம் அலைந்து கொண்டிருந்த காலமும் உண்டு. நாளாவட்டத்தில், மரத்தழை, இலை, மரப் பட்டைகளைக்கொண்டு தனது உடலை மறைத்து நாகரீக வாழ்வு வாழக் கற்றுக்கொண் டது. இருக்க ஓர் குறிப்பிட்ட இடமுமின்றி அலைந் தவர்கள் மலைக் குகைகளில் வாழ்ந்து, பின்னர் இலை, தழைகளால் ஆன குடிசைகளையும், பின்னர் மூங்கில் போன்றவற்றால் ஆன குடிசைகளையும் கட்டிக்கொண்டு நாரினாலும், நல்ல தோலினாலும் ஆன ஆடைகளை அணிந்து வாழத் தொடங்கினர்.

தனித்தனியே அலைந்த பலர், கூடி, ஒரு கும்பலாக, ஒரு சேர, ஒருங்கே பல வீடுகளைக் கட்டி வாழத்தலைப் பட்டனர். கும்பல், பல குடும்பங்களாக மாறி, பல குடும்பங்கள், பல சமூகங்களாக மாறி, பல சமூகங்கள் சமுதாயங்களாக மாறி, பல சமுதாயங்கள் பல இனங்களாகளாக மாறி, பல இனங்கள் பல நாடுகளாக மாறி ஒவ்வொரு கட்டத்திலும், ஒவ்வொரு நாகரீக வளர்ச்சிக் கட்டத்திலும், மானிட இனம் வாழ்வில் ஒழுங்கு பெற்று, அதாவது பழக்க வழக்கம், படிக்கும் முறை, வாழ்க்கைத் துணை முறை, ஆண் பெண் உறவு முறை, ஆடை

அணி அணியும் வகை, வழி, தற்காப்புப் பயிற்சி, தன்னடக்கம், சமூகக் கட்டுப்பாடு, சமுதாய, இன முன்னேற்றம், நாடு, நாட்டுப்பற்று, பாதுகாப்பு, சமூக, சமுதாயத் தலைவர்கள், நாட்டாண்மைக்காரன். நாட்டின் தலைவன், அரசன், குரு என்ற முறையிலே வளர்ந்து, இன்றைய நிலைமைக்குப் படிப்படியாக. பற்பல நூற்றாண்டுகளாக வளர்ந்து வந்துள்ளது.

இத்தகைய பல படிக்கட்டுகளை பற்பல வளர்ச்சிக் கட்டங்களைத் தாண்டி, மாறி மாறி வந்ததின் முடிவு, கடைசிக் கூறு, மனித வர்க்கத்தின் இன்றைய நாகரீக வாழ்வு!

பகுத்தறிவு ! எதையும் பகுத்து, ஒன்றுக் கொன்று பிரித்து ஆராய்ந்து பார்த்திடும் பகுத்தறிவே மனித வர்க்கத்தை இன்றைய நாகரீக வாழ்க்கை நிலைக்குக் கொண்டு வந்திருக்கிறது என்பதை நன்றாக நினைவில் நிறுத்த வேண்டும்.

இந்த நிலையில், பகுத்தறிவு பெற்றுள்ள மானிட வர்க்கம் எப்படி வாழ்கிறது என்பதையும், எப்படி வாழ வேண்டிய வர்க்கம் எப்படியெல்லாம் வாழ்கிறது என்பதையும், எப்படி, வாழ்வை ஒரு சிலர் மட்டும் இன்பக் கேணியாகவும், வேறுபலர் துன்பக் கேணியாகவும் காண்கின்றனர் என்பதையும், பகுத்தறிவே, பகுத்தறிவைப் பாழ்படுத்தி, மனித மிருகங்களை உண்டாக்கி, இன்பபுரி ஓர் புறத்திலும் துன்பபுரி மற்றோர் புறத்திலும் நாட் டில் வளர்கிறது, வளர்க்கப்படுகிறது என்பதையும், இதற்குப் படிப்பு, பகுத்தறிவுக்கு அரண் செய்யும் அறிவு, அறியாமையை அகற்றி, தெளிவையுண்டாக்கிடும் கல்வி, கேள்வி ஞானங்களைத் தூர்த்திடும் போதனைகள், பழக்க வழக்கத்தால் ஏற்பட்டுள்ள, ஏற்படுத்தப் பட்டுள்ள கட்டுப் பாடுகள் எவையெவை என்பதையும் எண்ணிப் பார்க்க வேண்டும்.

நமது நாட்டில், குறிப்பாகத் தமிழ் நாட்டில், திரு நாட்டில் மக்களின் வாழ்க்கை நிலை என்ன? மக்கள் திருப்தியாக

வாழ்கின்றனரா? மக்கள் மக்களாக, மற்ற உயிரினங்களின்றும் மேம்பட்ட வாழ்வு வாழ்கின்றனரா? இதற்கு அவரவர் பெற்றுள்ள பள்ளி வாழ்க்கை எந்த அளவுக்குத் துணை செய்கிறது, என்பதைக் காண்போம்.

குப்பன் ஒரு குடியானன். அவனுக்கு வயது ஐம்பதிற்கும் மேலாகிறது. அவன் வயலை உழுது கொண்டிருக்கிறான். அவனது மூத்தமகன் முத்தன். வயது முப்பதை எட்டிப் பிடிக்கும் நேரம். அவன் அருகே, ஏற்றத்தில் ஏறி இறங்கி நீர் இரைத்துக் கொண்டிருக்கிறான், கிணற்றிலிருந்து. அதற்கும் அப்பால் அவன் மனைவி குப்பாயி, களை பிடுங்கிக் கொண்டிருக்கிறாள், வயலில். பக்கத்தில் அவன் தங்கை நாற்று நடுகிறாள். அடுத்த தோப்பில் அவனது கடைசி மகன் கந்தன் ஆடுமாடுகளை மேய்த்துக் கொண் டிருக்கின்றான். அவனது அருமை மருமகள் கருப்பாயி முதலாளி வீட்டில் மிளகாய் அரைத்துக்கொண்டிருக் கிறாள்.

குடும்பம், குடியானக் குடும்பம் முழுதும் ஒருமிக்க உழைக்கிறது! உழைப்பே, நாள் முழுதும் உழைத்து உழைத்துப் பழகிவிட்ட உழைப்பே, இவர்கள் சொத்து, சுகம் எல்லாம்.

உழைத்தால்தான் இவர்கட்கு உணவு, உழைத்தால்தான் இவர்கட்கு உடை, உழைத்தால் தான் இவர்கட்கு இருக்க இடம், உழைத்தால்தான் இவர்கட்கு உல்லாசம், உழைத்தால்தான் இவர்களுக்கு உறக்கம், உழைத்தால்தான் இந்தக் குடும்பத்திற்குக் குதூகலம்.

உழைத்தால்தான் உபத்திரவமற்ற வாழ்க்கை, வாழ வழி, வயிற்றை நிரப்ப வகை, உடுக்க உடை என்ற நிலை. இந்த நிலையிலே இவர்களது வாழ்க்கைத் தரம், நிலை, ஏன், பரம்பரையே, பிறந்தது, வளர்ந்தது, வளர்ந்து கொண்டே போகிறது.

உழைப்பு, உழைப்பிற்காகத் தரப்படும் சிறு ஊதியம்; அதன் மூலம் பெறும் உணவு, உடை, உல்லாசம் இவையே

இவர்கட்கு வாழ்க்கை! வாழும் நாள் முழுதும் தங்களது எஜமானன் இட்டவேலையைத் தட்டாது செய்து, அவரது அன்பைப் பெற்று, அவரது அதிகப் பூரிப்பிலே சிந்திடும் சன்மானங்களே. இவர்கட்குப் புதையல்! அவரது சீற்றம் இவரது வாழ்வுக்குச் செந்தீ. அவரது புன்னகை இவர்கட்குத் திருப்தி, என்ற விதத் திலே. பிறருக்காக, அதுவும் தங்களுடைய முதலாளியின் மகிழ்ச்சிக்காக, வளப்பத்திற்காகவே வாழ்ந்து, அவரது மிதமிஞ்சிய சுகத்தில் சிதறிய சிறு துளிகளைக் கொண்டு தங்கள் வாழ்க்கையை நடத்துகின் றனர்.

இப்படிப்பட்ட குடும்பத்தினர் பள்ளி வாழ்க்கை பற்றிய எண்ணங்கொள்ள, ஏதாவது நேரமோ, சந்தர்ப் பமோ, அல்லது வசதியோ இருக்கிறதா ? படித்தால் மட்டும் விரலிலே அழுக்குப்படாது வாழ முடியுமா?

என்றைக்கிருந்தாலும் விரலிலே மண் பட வேலை செய்யப் போகிறவன் தானே, படிப்பு எதற்கு, என்று படிப்பை, கல்வியறிவை அலட்சியம் செய்யுமளவுக்கு அவர்களது வாழ்க்கை அமைந்திருக்கிறது.

இதே குப்பன், வேலை செய்யும் அதே பண்ணையில் கணக்கப்பிள்ளை, காரியஸ்தர் வேலை பார்ப்பவர் குடும் பம் வேறு விதமாக இருக்கும். அவர்கள் சிறிது எழுத்து வாசனை பெற்றிருப்பர். அதுவும் ஏதோ படித்து, கணக்கு வழக்கு எழுதி நாலுகாசு சம்பாதிக்கப் போதுமான தமிழ்க் கணக்கு மட்டுமாவது தெரிந்து வைத்திருப்பர். அந்த அளவிலே அவர்கள் 'பள்ளி வாழ்க்கை'யைப் பற்றி நினைப்பர்; நினைக்க முடிகிறது! நினைத்திடும் நிர்பந்த நிலையில் நிற்கிறார்கள் ! வாழ்க்கைக்கு வழிதேடி என்ற அளவிலே 'பள்ளி வாழ்க்கை' தோன்றி முடிகிறது, இதுபோன்ற நடுத்தர வகுப்பாரிடையே!

அதே இடத்தில் வியாபாரியின் வீட்டுப் பிள்ளை வியாபாரத்திற்கான கடிதப் போக்கு வரத்துக்குத் தேவையான அளவோடு கல்வியறிவைப் பெறுவதிலே திருப்தியடைகிறான்! ஒரு சிலர் உத்தியோகம் பெற்று,

ஊதியம் பெறுமளவுக்குப் படிக்கிறார்கள். முடிந்தவர் கல்லூரி சென்று கலைகள் பல கற்று, பல துறைகளிலும் முன்னேறுகின்றனர். பண்ணையார் குடும்பம் பெருமைக்காகவாவது பள்ளிசென்று வருகிறது.

பார்ப்பனர் பரம்பரைப் பழக்கத்தால் படிக்கத் தவறுவதே கிடையாது.

பொதுவில் கல்வியறிவு தேவை, என்ற உணர்ச்சி பலரிடம் தோன்றவே இல்லை! ஆனால் எங்கும் கல்விக்கு கண்ணியமான வரவேற்பு, வாழ்த்து இருப்பதைக் காண்கிறோம். படிக்கச் சாதகமான சூழ்நிலை, வாழ்க்கை வளம், தேவைக்கேற்ற படிப்பு, படித்தால்தான் வாழ்க்கைக்கு வழி, பெருமைக்குப் படித்தல், படிப்பின் பயன் தெரிந்து படித்தல் என்று பலப்பல முறைகளிலே பலர் பலவிதமாகப் ‘பள்ளி வாழ்க்கை'யில் நுழைகின்றனர்.

பள்ளி வாழ்க்கையின் ஆரம்பக் கட்டம் ஆரம்பக் கல்வி *(Elementary School)* ஆரம்பப் பள்ளி.

மனிதன் எழுத்து வாசனையைத் தெரிந்துகொள்ள எழுதப் படிக்கத் தெரிந்து கொள்ள, எழுதப் படிக்க அவசியமான எழுத்துக்களைத் தெரிந்து, புரிந்து கொள்ள, சுருங்கக் கூறுமிடத்து கல்வியின் அடிப்படையே ஆரம்பக் கல்விதான்.

ஆரம்பக்கல்வி அதிக அளவில் சர்வசாதாரணமாக கிராமாந்திரங்களில் உள்ள திண்ணைப்பள்ளியிலிருந்து ஆரம்பித்து, பெரிய பெரிய நகராண்மைக் கழகங்களி லுள்ள ஆரம்பக் கல்வி நிலையங்கள் வரையிலே பலப்பல விதங்களிலே இருக்கின்றன.

ஆரம்பக் கல்வி நிலையங்களிலே ஒரு சில வகுப்புக்களே இருக்கின்றன. அங்கு படிக்குமளவு, சாதாரண அறிவு பெற முடிகிறது, இந்தக் கட்டத்தோடு நிற்கும் மக்கள் அளவு ஏராளம். ஏதோ எழுதப் படிக்கத் தெரிந்து கொண்டது, நம் குழந்தை என்ற அளவுடன் திருப்தியடைந்து குழந்தைகளை

வேறு துறைகளிலே கடையிலோ, மண்டியிலோ விட்டு வயிற்றுத் தீனிக்கு வழிதேடும்படி விட்டிடும் பெற்றோர் ஏராளம்.

இந்தக் கட்டத்தை, ஆரம்பக் கல்வியைத் தாண்டி, மத்தியதரக் கல்வி நிலையங்கள் *(Middle Schools)* சென்று, அந்த அளவு கல்வி கற்று நின்றுவிடுபவர், பள்ளி வாழ்க்கையை விட்டு வெளியேறுவோர் பலர் உண்டு.

மூன்றாவது கட்டமான, உயர்தரக் கல்வி நிலையத் தில் *(High School)* புகுந்து படித்துத் தேறுவோர் சிலர்தான் இருப்பர். படிக்கும் வசதி, பணவசதி, குடும் பத்தின் சூழ்நிலை இவை யாவற்றையும் கடந்து, இந்தக் கட்டத்தை எட்டிப்பிடிப்போர் ஆரம்பக் கல்வியிலிருந்த வரைவிட மிக மிகக் குறைந்த தொகையினராய் இருக்கிறார்கள்.

உயர்தரக் கல்வி கற்ற உடனே உத்தியோக வேட்டையில் ஈடுபடுவோர் தொகை ஏராளமாகக் காணப்படுகிறது. பெரும்பாலும் இந்தப் பகுதியோடு 'பள்ளி வாழ்க்கை'யை விட்டு நீங்குவோர், வெறும் வேலை தேடிகளாகத்தான் நமது நாட்டில் இருக்கின் றனர்.

இந்தப் பருவத்தைக் கடந்து கல்லூரி *(College)* செல்லும் வாய்ப்பு பெற்றிடும் இளைஞர் தொகை மிகச் சொற்பமே. கல்லூரி சென்று கலைகள் பல கற்றுத் தேர்ந்து, கலைஞன் என்ற பட்டம் பூண்டு. வெளியேறும் மாணவர்களிலும் பெரும்பகுதியினர், வேலை தேடி அலையத்தான் செய்கின்றனர்.

அடுத்து தொழிற் கல்லூரி *(Industrial College)* பொறி இயற் கல்லூரி, *(Engineering College)* மருத் துவக் கல்லூரி, *(Medical College)* சட்டக் கல்லூரி *(Law College)* விவசாயக் கல்லூரி *(Agricultural College)* போன்றவற்றில் தொழில் நுணுக்கங்களைக் கற்றுத் தேர்ந்திடும் வசதியும் வாய்ப்பும்பெற்றுள்ளவர், கல்லூரி செல்லும் மாணவர் தொகையில், மிகமிகக் குறைவானவர்கள் தான்.

இந்தக் கல்லூரிகளினின்றும் தேறி, வெளியேறிடும் மாணவரிலும் பெரும் பகுதியினர் வெறும் வேலை விரும்பி களாய்த்தான் காணப்படுகின் றனர்.

நமது நாட்டில் கல்வி கற்பது, பள்ளி வாழ்க்கையில் ஈடுபடுவது, அறிவுவளர்ச்சிக்கு என்ற அடிப்படை எண்ணம் மேலோங்காது, அரைவயிற்றுக் கஞ்சிக்காவது, உடலுழைப்பின்றி, எதாவது வேலை பெற்று வாழலாம் என்ற அரைகுறைத் திருப்தியால்தான் என்பது நன்கு புலப்படுகிறது.

படிப்பவர் குறைவு; மக்கள் எண்ணிக்கையில் மிக மிகக் குறைவு. படிப்பவரிலும் உயர்தரக் கல்வி வரை பள்ளி வாழ்க்கையில் தொடர்ந்து இருப்பவர் அதைவிடக் குறைவு! இதிலிருந்து கல்லூரி சென்று பட்டம் பெறுவோர் அதனினும் குறைவு. இதைவிடக் குறைவு, தொழிற் கல்வி பெறும் மாணவரது தொகை.

மனிதன் தன்னைத்தானே உணர்ந்து, தன்னைச் சுற்றியுள்ள சமூகத்தையும், சமுதாயத்தையும், தனது மொழியையும், பிற மொழிகளைப் பற்றியும், தனது நாட்டையும், பிற நாடுகளைப் பற்றியும் தனது நாட்டின் சரித்திரத்தையும், ஏன் இந்த பரந்த உலகைப் பற்றிய விளக்கத்தையுமே, கல்வி மூலம் பெறுகிறான்.

மனித அறிவு, கல்வியினால் கடைந்தெடுக்கப்பட்டு, அறிவு அதிகரித்து தெளிவுபெற முடிகிறது. இத்தகைய அறிவு வளர்ச்சிக்கு அடிப்படை, கல்வி. கல்வி கற்கு மிடம் கல்வி நிலையங்கள். கல்வி நிலையங்களில் மனித வர்க்கம் கழிக்கும் நாள், வாழ்க்கை தான் பள்ளி வாழ்க்கை !

ஒரு சிலர் பெறும் கல்வியறிவும், வெறும் ஏட்டுச் சுரையெனப் பள்ளி வாழ்க்கை முடிந்ததும் வேலை தேடி, ஊதியம்பெற, பெற்றிடும் நற்சான்று, நுழைவுச் சீட்டு அளவோடு

கொள்ளப்பட்டு, கருதப்பட்டுத் தள்ளப்பட்டு விடுகிறது, பின்னர் !

பள்ளி புகுந்து, படித்து, படிப்பினால் பெறப்படும் கல்வி அறிவை, வாழ்க்கைத் துணையாக, வாழ்வின் கலங்கரை விளக்காக, வாழ்க்கைக்கு வழி காட்டியாக, வாழ்வை வளப்படுத்தும் சாதனமாக, தன் வாழ்வு மட்டுமன்றி, தன்னைப் போன்ற பிறர் வாழ்வும் பயனுள்ள வாழ்க்கையாக மாறவேண்டும், மாற்றப்பட வேண்டும் என்ற பொதுநலக் கோட்பாடுமின்றி 'படிப்பு, பள்ளி வாழ்க்கை, ஏதோ ஒரு 'சிறைச்சாலை, நிர்ப்பந்தத்தால், நிலைமையின் தூண்டுதலால் கடத்தப்படுகின்ற கட்டுப் பாட்டு வாழ்க்கையாகக் காட்சியளிக்கின்றது! இந்த நிலை மாறவேண்டும்! மாற்றப்படவேண்டும்!

பள்ளி வாழ்க்கை மனித இனத்தின் முக்கிய பகுதி! மனிதனது இதயத்தைப் பள்ளி வாழ்க்கை உருக்கி வார்க்கிறது! பள்ளிப் பருவத்திலே, அமைந்திடும் பழக்க வழக்கங்கள் மனிதனது இதயத்தில் ஆழப்பதிந்து, மனிதனுடைய மரணவாயில் வரையில் நிலைத்து நிற்கின்றன.

வாழ்வில் பிடிப்பும், பற்றும், பாசமும் தன்னம்பிக்கையும் கொண்டுவாழ, வாழ்வில் தெளிவு பெற்று திடசித்த முடையவனாக மனித இனம் வாழ, பள்ளி வாழ்க்கை, பாலப் பருவத்தில் சமைத்துக் கொடுக்கும், கருத்துக்கள் சிறந்த வழிகாட்டியாக விளங்குகிறது.

இவ்வளவு சிறப்புடைய, சிறந்த, தேவையான சாதனமாகிய, பள்ளி வாழ்க்கை, பாலப்பருவம், கல்வியறிவு, மானிட இனத்தின் பெரும் பகுதியினர் பெற முடியாது போகின்றது, இந்த நாட்டில்!

வாழ்க்கைத் தரம் மிகவும் குறைந்துள்ள நாடு இது! வாழ்க்கை வளமற்று வரண்ட பாலைவனமாகி யிருக்கின் றது, இங்கே ?

இந்தத் திருநாட்டில், எல்லா வளங்களும் நிறைந்து தான் இருக்கின்றன! குடிவளத்திற்குக் குறைவில்லை. மக்கள் தொகையும் மிக அதிகந்தான், பல கோடி மக்கள் வாழும் பரந்த நிலப்பரப்பைக் கொண்ட நாடுதான் இது!

நிலவளமும் நிறைந்துள்ளது! குடிவளத்திற்குக் குறைவேயில்லை! நீர்வளமும் இல்லாமலில்லை. பரந்து ஓடும் காவிரி, பெண்ணை, வைகை, கோதாவரி இருக்கத்தான் இருக்கின்றன. பூமிக்கடியிலே, பொன், கடலிலே முத்து, காட்டிலே சந்தனம், நாட்டிலே மாந்தர், தோள் வலி படைத்தோர், இத்தனையும் இருக்கின்றன. இருந் தும் இங்கே வளமில்லை, வாழ்வில். மக்கள் வாழ வழியில்லை என்ற நிலை !

வாழ, மக்கள் வாழ, வயிறார உண்டு, நல்ல உடை உடுத்து, வசதியாக இருக்க இடம் கிடைத்து வாழ வழி யில்லை, வகையில்லை!

மக்களிலும், பெரும்பகுதி மக்கள் தான், இந்தக் கீழ் நிலையில் இருந்திடக் காண்கிறோம். சிலர், வெகு சிலர் போகபோக்கியங்களிலே புரண்டு, செல்வ நீரோடையில் நீந்தி விளையாடி, வாழ்க்கைத்தரம் மிகவும் உயர்ந்து காணப்படுகின்றனர்.

உழைக்கும் மக்கள் வாழவில்லை, உயிரைப் பிடித்து நிறுத்த, ஒட்டிய வயிற்றை, ஏதோ கொஞ்சம் நிரப்பி உயிர் வாழ்கின்றனர்.

இந்த உயிர் வாழ்க்கைமுறை அவர்கட்குத் திருப்தி யைத் தராவிட்டாலும், அலுப்போ, சலிப்போ இன்றி வாழ்வைத் தொடர்ந்து நடத்திக்கொண்டுதான் இருக் கின்றனர்.

வாழ்ந்தும் வாழாத நிலை ! வளமிருந்தும், வளம் பெறாத வாழ்வு! வாழமுடியாத வாழ்வு! உழைத்தும் உழைப்பின் பயன், பலன் இல்லாத,கிட்டாத கீழ்நிலை !

இத்தகைய பலமுறைகள், மூடநம்பிக்கைகள், அறியாமை; அடிமைத்தனம், அலட்சிய நோக்கு, சலிப்பு, சலிப்பால் ஏற்பட்ட விரக்தி, விரக்தியினால் விளைந்த வெறுப்பு, வாழ்விலேயே! இது, இந்தத் திருநாட்டில் சர்வ சாதாரண நிகழ்ச்சியாக மாறி, பகுத்தறிவு படைத்த மனித வர்க்கத்தை, வெறும் இயந்திரமாக, உழைப்பது, ஏதோ கிடைப்பதை உண்பது, உறங்கு வது, மீண்டும் உழைப்பு, உண்ணல், உறக்கம் என்ற முறையிலே மாற்றியமைத்து விட்டிருக்கிறது!

உலகில் பிறந்தோம், மானிட இனத்தில், பகுத்தறிவு படைத்த மனித வர்க்கத்தில்! பிறந்தோம், வாழ, வாழப் பிறந்தோம், நாம் வாழ, பிறரும் வாழ, நம்மை நாம் வாழ்வித்துக் கொள்ள, பிறரையும் வாழ்விக்க என்ற கருத்து இல்லை!

'வாழ்வாவது மாயம், இது மண்ணாவது திண்ணம்,' 'காயமே இது பொய்யடா, காற்றடைத்த பையடா, என்பன போன்ற மாயா வாதங்களையும், வேதன் விட்ட வழி, நாதன் இட்ட கட்டளை,' 'விதியை வெல்வோர் யார்?' என்ற ஏக்கத்தையும் கொண்டு அன்றெழுதின வன் அழித்து எழுதப் போவதில்லை,' என்ற வேதாந்தமும் பேசி கொடுத்து வைத்தது அவ்வளவுதான், அவரவர் கர்மப்படிதானே, கிடைக்கும், என்ற அர்த்தமற்ற திருப்தியில் வந்து நின்று தமது சிந்தனைக்குத்தாமே தளையிட் டுக்கொள்ளும் நிலையிலேதான் இன்றைய மக்கள், தமிழர்கள் இருக்கிறார்கள்!

சிந்திக்கத் தமிழர்கள் தவறிவிட்டனர், இப்போது. சிந்தனை செய்து, தம்மையும், தம்மைச் சுற்றியும் ஒரு முறை கூர்ந்து நோக்கி உலகத்தைப்பார்த்து, உள்ளபடி உணர வேண்டும். அப்போதுதான் மனிதன் மனிதனாக வாழமுடியும்; வாழவும் எண்ண, எண்ண அலைகள், சிந்தனா சக்தி தோன்றும். வளரும், வாழ்வு மலரும், மலரவும் முடியும்!

இன்றை சமுதாயம், பழமை என்ற போர்வையினுள்ளே மறைந்து கிடக்கிறது! புதுமையிலும் பழமையைக் கண்டு பூரிக்கக் கற்பிக்கப் படுகின்றனர், மக்கள்!

நாளுக்கு நாள் நாகரீகத்தில் முன்னேறிடும் அகில உலகத்தை மறந்து, வெட்டி வேதாந்தம் பேசி, வாழ்வை நம்பாது, நல்லதங்காள் கதைக் காலத்திற்கே நாம் போய்க் கொண்டிருப்பதா!

நாகரிக முதிர்ச்சி பெற்று, நல்லறிவு விளக்கங்கள் பெற்று, நாவினாத நாட்டினரும் உலகில் ஒரு சிறப்பான இடம் பெறும் இந்நாள், தமிழ் நாடு, தற்குறித் தன் மைக்கு எடுத்துக்காட்டாக, படியாத, பள்ளி வாழ்க்கை அறியாத மக்கள் தொகையில் முன்னேற்றமடைவதா? கூடாது.

மனித வாழ்வு முன்னேறிட, அறிவு, அவசியம்; மிக மிக அவசியம்! அறிவு - கற்றனைத்து ஊறும்.. படிக்கப் படிக்க பயன் அதிகரிக்கும். கற்கக் கற்க கருத்துத் தெளிவடையும்.

அறிவு தோன்றத் தோன்ற, அறியாமை இருள் அதலும். தெளிவு பிறக்கும், தெளிந்த மனம், தெள்ளிய வாழ்க்கை முறையைத் தேடி, பெற்று வாழும், என்பது உறுதி! மறுக்கமுடியாத உறுதி!

அறிவு! பிறந்த ஒவ்வொரு மனித இனத்திற்கும் இருக்கிறது, இயற்கையிலேயே! இருக்கும் அறிவு, தெளிவுபெற, பகுத்தறிவு பெருக, கல்வி, கேள்வி மிகவும் முக்கியம்.

கல்வியைத் கற்பது, கல்வி பெறுவது, பாலப் பரு வத்தில், பள்ளி வாழ்க்கையில்!

'பள்ளி வாழ்க்கை' என்றதும், பெற்ற குழந்தையைத் தாய், பாலூட்டிச் சீராட்டிப் பேணி வளர்த்து, பாலகன் ஆனதும், தலைவாரிப் பூச்சூடி, உச்சிமோந்து, ஏடுகளைக் கையிலே

தந்து, பள்ளிக்கு அனுப்பும் காட்சி யும், 'போகமாட்டேன்' என்று பிடிவாதம் செய்யும் பாலகனைத் தந்தை அச்சுறுத்தி, அடக்கிப் பள்ளிக்கு அனுப்பும் தோற்றமும் நம் கண்முன்னே காட்சியளிக்கின்றன!

'பள்ளி வாழ்க்கை' என்றதும், உருட்டும் விழிகளுடனும், மருட்டும் பார்வையுடனும், கையிலே கம்பேந்தி நிற்கும் ஆசிரியர், நம்முன், நமது நினைப்பிலே வரத்தவறுவதில்லை!

பெற்றோரின் கட்டுப்பாட்டிற்கு அடங்கி, பள்ளி, சென்று, அங்கே பள்ளி ஆசிரியரின் கம்பின் கனத்தையும், அந்தக் கம்பு தரும் கனத்த அடியையும் நினைத்துப் பார்க்காமலிருக்க முடிவதில்லை!

பிள்ளையின் படிப்பு. எழுத்தைத் தெரிந்து, கூட்டிப் படிக்கப் பழகி, கணக்குகள் போடத் தெரிந்து, கடிதங் கள் வரையப் பழகி, கதைகள் சொல்ல, படிக்க 'படித் தவன்' என்ற பட்டம், நற்சான்று பெற்றிடும் அளவில் பெருமை, பூரிப்பு, போதுமென்ற மனம் மட்டும் போதாது!

பள்ளி வாழ்வு, பயனுள்ள வாழ்வாக அமைய வேண்டும், அமைக்கப்பட வேண்டும்.

வாழ்க்கையை வளப்படுத்த, வளப்படுத்திக் கொள்ளும் வகைக்கு, வழிக்கு ஊக்கந்தந்து, ஆக்கந்தரும் அறிவுபெறும் வாழ்வாக அமைதல் வேண்டும், பள்ளி வாழ்க்கை.

வெறும் படிப்பு போதும். வகுப்புக்கள் பல மாறி, ஒரு வரம்பு கல்வி கற்றுத் தேர்வுபெற்று, உத்தியோகத் திற்கு உகந்தவன் என்ற திருப்திபெறும் அளவிலே கல்வி கற்றுப் பலனில்லை, பயனுமில்லை!

வாழ்க்கைக்குத் தேவையான கல்வி, பள்ளிகளிலே போதிக்கப்பட வேண்டும். தமிழன் தமிழனாக வாழ, தன்மானத்துடன் விளங்க, தன் மொழியைப் போற்றிட தன் நாட்டைப் பாதுகாத்திடத்தக்க, தீரத் தமிழனாக,

தன்னம்பிக்கையுள்ள தமிழனாக, தன்மானத் தமிழனாக, தமிழ் மகனை, தமிழ்ப் பாலகனை உருக்கி வார்த்திடும் வாழ்வுதான் தமிழனுக்குத் தேவையான "பள்ளி வாழ்க்கை", பயனுள்ள வாழ்க்கைக்கு வழியமைக்கும் வாழ்க்கை!

மனிதனுக்கு உள்ள தனிச்சிறப்பு, பிற உயிரினங் களைவிட மேம்பட்ட நிலை, அவனிடமுள்ள பகுத்தறிவு தான் !

பகுத்தறிவு - உலக அறிவினால், உலகியலின் தன்மைகளை நன்கு அறிந்த நிலையினால் உண்டாகிறது. உலகியலை உணர, உலகத்தைப்பற்றிய எல்லாச் செய்திகளையும், நடைமுறைகளையும், எல்லாத் துறைகளிலும் தெரிந்து வைத்துக்கொள்ள வேண்டும்.

உலக வாழ்வு-இன்று மிகமிக வேகமாக மாறுகிறது, மாறிமாறி முன்னேறிக் கொண்டே வருகிறது!

உலகில், நேற்றுவரை காட்டு மிராண்டிகளாக வாழ்ந்தோரெல்லாம் இன்று நவீன, நாகரிக வாழ்க்கை முறைகளிலே தமது வாழ்க்கைத் துறையை மாற்றிக் கொண்டு முன்னிற்பதைக் காண்கிறோம்!

உலகில் வாழ்க்கைச் சாதனங்கள், இயற்கையை மனித வாழ்வுக்குப் பயன்தரும் வகையில் பண்ட டுத்தி, பக்குவப்படுத்தி, உபயோகப்படுத்தும் வகையில் துரித முன்னேற்ற மடைகின்றன.

மனிதன் நினைத்தால் பறக்கிறான்,ஆகாய விமானத் தில். மனிதன் எண்ணினால் பேசுகிறான், உலகின் எந்தப் பகுதியில் வசிக்கும் மற்றவர்களுடனும், டெலிபோன் என்ற கருவி மூலம்.

மனிதன் பேசினால், உலகின் ஒரு கோடியில் பேசி னால், உலகின் மற்ற எந்தப் பகுதியிலிருந்தும் அதனைக் கணத்தில் கேட்க முடிகிறது! ரேடியோ, இதுதானே !

ரேடியோவிலிருந்து, டெலிவிஷன் என்ற நிலைக்கு, பேசும் நபரைப் பார்க்கவும் முடிகிற நிலைக்கு இன்று முன்னேறியுள்ளது உலகம்!

கட்டுச் சோறு கட்டிக்கொண்டு கால்நடையாகவும், ஆடு, மாடுகள்மீதும், கட்டை வண்டிகளில் ஏறிக் கரடு முரடான பாதைவழி சென்ற, அந்தநாள் இன்று இல்லை! இருக்கவும் முடியாது. இருந்தால் இன்றைய உலகில் வாழ முடியாதவர்கள், அவர்கள். காலத்தின் அருமை தெரியாத கபோதிகள். நேரத்தை வீணாக்கி, மனித உழைப்பைப் பாழ்படுத்தும் பகுத்தறிவற்றவர் கள் எனப்படுவர்.

உலகம், நாகரிகத்தில், வாழ்க்கையை வளப்படுத்தும் துறையில், முன்னேறும் இதே நேரத்தில் இந்த நாடு, தமிழ் நாடு, திருநாடு, உள்ள நிலை என்ன?

இங்கு, மக்கள் அறிவுபெறும் சாதனமான, கல்வி போதனையின் திட்டமென்ன? இங்கு போதிக்கப்படும் கல்வி, தமிழனுக்குத் தரும் பயன்தான் என்ன? சிந்தித்துப் பார்க்கவேண்டும்? தேவையான கல்வி, அறிவு வளர்ச்சி தரப்படுகிறதா, இங்கே ?

இங்கு இன்னமும், நாயன்மார்களின் சரித்திரமும் புராணப் பாடல்களும், இதிகாசச் சுவையும், இளையான் குடிமாறனார், இயற்பகையார் புராணங்களும் பாடத் திட்டத்தில் இடம்பெறத் தவறிடக் காணோம்!

சமய அறிவு, வாழ்க்கைக்கு, இவ்வுலக வாழ்க்கைக்கு அப்பாற்பட்ட மேலுலக, இன்ப வாழ்வுக் கருத்துக்களே முதலிடம், பெற்றுள்ளன! அவற்றை விளக்கிடும் ஏடுகளே அதிகம்! அவைதான் இதிகாசம், புராணம், காவியம், கட்டுரை, கதை என்ற பலபல உருவிலே குழைத்துக் குழைத்து, மாற்றி மாற்றித் தரப்படுகின்றன !

இகத்தை வெறுத்து, பரத்தில் இன்பந் துய்க்கப் போதிய புண்ணியம் சம்பாதிக்கவேண்டிய இடைக் காலமாக, தங்குமிடமாக, இந்த வாழ்க்கை, இவ்வுலக வாழ்வு அமைந்துள்ளது என்ற போலி வேதாந்தத்தை வளர்க்கும் கருத்துக்கள் பொதிந்த ஏடுகளே அதிகம்!

தன்னைப்பற்றிக் கவலைப்பட, தான்வாழ, தான் வாழும் நாடு, பேசும் மொழி போற்றிட, தன்னுடைய சமுதாயத்தின், நாட்டின், நலனுக்காக உழைத்திடத் தமிழன் இன்னும் கற்றபாடில்லை, கற்பிக்கும் ஏடுகளைப் படிக்கவில்லை; படிக்கும் வாய்ப்பும் அளிக்கப்படவில்லை, அவனுக்குப் பள்ளி வாழ்க்கையில்!

வருங்காலம்! இந்த நாட்டின் வருங்காலம், உயர்வதும் தாழ்வதும், வாழ்வதும் வீழ்வதும் இந்நாட்டு வருங்கால வாலிபரை, வருங்காலச் சந்ததிகளைப் பொறுத்தே இருக்கிறது!

வருங்காலச் சந்ததிகள், இன்றைய சிறுவர்களே ! மாணப் பருவத்துக் குழந்தைகளின் வளத்தை, மன வளத்தைப் பொறுத்துத்தான் இருக்கிறது, வருங்காலம்!

குழந்தைகளைப் பேணும் முறை, குழந்தைகளை வளர்த்துப் பெரிவராக்கித் தரும் பெரும்பணி. வருங்கால உலகுக்கு, தமிழ் உலகுக்கு வாழ்வளிக்கப் போகும் சிங்கத் தமிழரைப் பக்குவப்படுத்துவதிலேதான், வருங்காலத் தமிழினத்தின் நிலை அமைந்திருக்கிறது!

இன்றைய இளஞ்சிறார், பெறும் அறிவு, இன்று பெறும் அறிவு, அறிவு விளக்கங்கள், தமிழ் உணர்வு, தமிழ் இன உணர்வு, தன்னுணர்வு, தன்மான உணர்வு, வாழ்க்கைப் பயிற்சி முறை இவைகளைச் சீர்படுத்திச் செப்பனிட்டு வகைப்படுத்தியாக வேண்டும், வருங்காலம் வாழ, தமிழ் தழைக்க, தமிழ்நாடு தன்மானத் திருநாடாக விளங்க, தமிழர்கள் திருப்தியோடு தன்னிகரற்று விளங்க!

வருங்காலத்தை வாழ்விக்கப்போகும், இன்றைய இளஞ்சமுதாயம், இன்று பள்ளி வாழ்க்கையில் பெறும் அறிவுப் போதனையைப் பொறுத்தே, வருங்காலம் அமையும், அமைய முடியும் என்பது உ உறுதி !

இன்றைய இளஞ்சமுதாயம், இளைஞர் உலகு, நல்லறிவு பெற்று, வாழ்க்கை வாழ்வதற்கே என்ற வகையான கொள்கையைக் கொண்டு முன்னேறிட, பள்ளி வாழ்க்கை ஒரு சிறந்த சாதனமாக, தூண்டுகோலாக, வழிகாட்டியாக அமைந்திடவேண்டும். அதற்கான முறையில் பள்ளிப் போதனை அமைக்கப்படவேண்டும். தேவையான கருத்துக்களைப் போதித்து, தேவையற்ற கருத்துக்களை நீக்கிடத் தயங்கிடக்கூடாது!

தமிழன் வாழ, தமிழினம் வாழ, தமிழ்நாடு செழிக்க, தமிழ் மக்களுக்கு, தமிழ்க் குழந்தைகளுக்குத் தமிழ் உணர்ச்சியூட்ட வேண்டும்.

தமிழ் ! தமிழ் ! தமிழன் ! தமிழினம், தமிழ்நாடு, திருநாடு என்ற உணர்வு, தன்மானம், தமிழ்ப் பரம்பரை பற்றிய எழுச்சியை ஊட்டவேண்டும்!

தமிழனுக்குத் தகாதவற்றை விலக்கத் துணிவு கற்பிக்கவேண்டும். தன்னுடைய மானத்தைப் பறித்து, மடமைக்கு மண்டியிடும் மூடக்கொள்கைகளைப் புறக் கணிக்கக் கற்றுத்தரவேண்டும், வருங்கால தமிழ் மகனுக்கு, இன்றைய துடிக்கும் இளந்தமிழனுக்கு !

தமிழன் தமிழைப் படிக்கவேண்டும், தமிழினத்தைப் போற்றவேண்டும், தமிழ்நாட்டைப் பாதுகாக்க வேண்டும், தமிழன் தன்மானத்துடன் வாழவேண்டும் என்ற எழுச்சி முரசொலி இதயகீதமாக்கப் படவேண் டும்: இளந்தமிழரது இதய பேரிகை இவையாகத் தான் இருக்கவேண்டும்!

பகுத்தறிவுக்கு ஒவ்வாத, அறிவைப் போக்கி, அறி யாமையை வளர்த்திடும் பழக்கவழக்கங்களை விட் டொழிக்கத் தூண்டும், வழிகாட்டும் நூல்களைப் படிக்க வேண்டும் !

பழமை, பழமையென்று பேசி, பூத்துக் குலுங்கி வரும் புதுயுக மறுமலர்ச்சிக்கு, புத்தறிவிற்கு மடை கட்டித் தடுத்தல் தகாத காரியம்!

அணுகுண்டு காலத்திலே, அனுமார் மகாத்மியத் தைப் பாராயணம் செய்து அடையப் போவது என்ன? கண்முன்னே காணும் இன்பத்தை மறந்து, வெறுத்து ஒதுக்கி, இறந்த பின்னர் பெறப்போகும் அந்தரலோக வாழ்வுபற்றிய விளக்க ஏடுகள் தேவைதானா, இன்னும்? இல்லையே!

இன்று, மாணவர் படித்தறியக் கூடாதவை எவை. யெவை? படித்துணர வேண்டுபவை எவையெவை? என்று தீர யோசித்துப் பாருங்கள் !

மாணவப் பருவத்திலே பதியும் கருத்துக்கள், பள்ளி வாழ்க்கையிலே பெறப்படும் பண்புகள், பசுமரத்தாணி போலப் பதிந்து, இடுகாடு செல்லும்வரைத் தொடர்ந்து நிலைத்து நிற்பவையாகும்.

இந்தப் பருவத்திலே, மாணவர்கள் மாயாவாதக் கருத்தைப் படிக்கலாமா ? தேவைதானா, இந்தக் காலத்தில் தன்னம்பிக்கையோடு வாழவேண்டிய பகுத்தறிவுக் காலத்தில், பஞ்சபாண்டவர் சூதாடிய கதையும், துரோபதை துகிலுரியப்பட்ட காட்சி! அரிபரந்தாமன் அந்த நேரத்திலே, அந்தரத்திலிருந்து அனேக சேலைகளைத் தந்துதவி, மாது துரோபதையின் மானங்காத்த பாடல் களும், தேவைதானா? இல்லையே!

அந்தக் காலத்திலே, ஏகலைவன், என்ற ஒரு வேடன் இருந்தான். அவன் வில்வித்தை கற்க விரும்பி, வில்

வித்தையில் தேர்ச்சிபெற்ற துரோணரிடம் சென்று தனக்கும் விற்பயிற்சி அளிக்குமாறு வேண்டினான்.

அரச பரம்பரைக்கன்றி, கேவலம் ஒரு வேடுவனுக் குத் தாம் பயிற்சி அளிக்க முடியாது என்று துரோணர் கூறி, மறுத்துவிட்டார்.

மனம் உடைந்து திரும்பிய ஏகலைவன், மீண்டும் மனந்தேறி துரோணரைப்போலச் சிலை ஒன்று செய்து வைத்து, அதனைத் தினமும், வணங்கி, தானே வில்வித்தை பயின்று, பலவகைளிலும் தேர்ச்சிபெற்று வந்தான். துரோணர் நேரில் இருந்து தனக்குப் பயிற்சி அளிப்பதாகக் கருதி, அந்த ஏகலைவன் எல்லா முறை விற்பயிற்சிகளிலும் வல்லவனான் என்று பாரதக் கதை கூறுகிறது.

இப்படி இருக்கையில், ஒருநாள் பாண்டவருள் ஒருவனான அர்ச்சுனன் தனது ஆசிரியரான துரோணருடன் காட்டிற்கு வேட்டையாட வந்தான். வந்த இடத்தில் அவனது நாய் ஒன்று ஏகலைவன், அமைத் திருந்த துரோணர் சிலையை அசுத்தம் செய்ததாம். அதைக்கண்ட ஏகலைவன், தனது வில்லைப்பூட்டி, நாணேற்றி ஒரு அம்பைத் தொடுத்தான், அந்த நாயைக் குறி வைத்து. அந்த அம்பு அந்த நாயின் உடலெல்லாம் மாறி மாறிப் புகுந்து, பல இடங்களிலும் புகுந்து வெளி வந்து துளைத்துத் துளைத்துத் திரும்பி வந்துவிட்டதாம்.

நாய் அலறிக் கதறி அர்ச்சுனனிடம் சென்று ஓடியடைந்தது! அர்ச்சுனன் நாயின் நிலை கண்டு, கதறினான், கண்ணீர் விட்டான். அடுத்த விநாடி, அவன் ஆத்திரமடைந்தான், ஆச்சரியப்பட்டான். ஆர்வத்தோடும், ஆவேசத்தோடும் தனது குருநாதரிடம் ஓடினான். நாயைக் காண்பித்தான். அவரும் பரிதாபப்பட்டார்.

அர்ச்சுனன் அத்துடன் நிற்கவில்லை. "குருவே, ஒரு, அம்புவிட்டால், அந்த ஒரே அம்பு ஒரு உடம்பின் பல பாகங்களிலும் புகுந்து புகுந்து வெளிவந்து துளைத்துத்

திரும்பும் வித்தையை, விற்பயிற்சியை; என் ஒருவனுக்குத் தவிர வேறு எவருக்கும் சொல்லித்தரவில்லை யென்று கூறினீரே, இதோ பாரும், இந்த நாயை, அதன் உடலில் உள்ள காயங்கள் காட்டுவதென்ன?" என்று கேட்டான்.

குருநாதர் கண்டார், நாயை. குருதிவடிந்தோடும், பல காயங்களைக் கண்டார். "காண்டீபன் கூறுவது உண்மைதான் என்பதைக் கண்ணாரக் கண்டார். பின்னர், அர்ச்சுனா, இது ஏதோ, புரியாத புதிராக இருக்கிறது, நான் உன்னைத் தவிர வேறு எவருக்கும் இதனைக் கற்றுத் தரவில்லை என்பது உறுதி, உண்மை. வா, இதனை ஆராய்ந்து, தெரிந்து வரலாம்" என்று புறப்பட்டுக் கடைசியாக ஏகலைவன் இருக்குமிடத்தை வந்து சேர்ந்தார்.

ஏகலைவன் தனது குருவாகப் பாவித்து வந்த துரோணரைக் கண்டதும், ஓடோடி வந்து வணங்கி, வாழ்த்தி, வரவேற்று உபசரித்தான்.

வணங்கி நின்ற. ஏகலைவனைப் பார்த்து, இந்த நாயைக் காயப் படுத்தியது யார் ? என்று கேட்டார்.

"நான்தான் நாயைக் காயப்படுத்தியவன்" என்று ஏகலைவன் பதிலளித்து, நின்றான்.

"இந்த முறையில் பாணந் தொடுக்க எங்கு பழகினாய், எவர் கற்றுத் தந்தது?" என்று மேலுங் கேட் டார்.

"எனது குருவாகிய தங்களிடந்தான் நான் இந்த முறையைப் பழகிக் கொண்டேன்; இந்த முறையைக் கற்றுக் கொடுத்தவர், தாங்கள்தான்." என்று ஏகலைவன் விடையளித்தான்.

"என்ன? நானா? உனக்கா, இதனைக் கற்றுக் கொடுத்தேன்," என்று மறுபடியுந் துரோணர் கேள்வி மேல் கேள்வியாகக் கேட்டார்.

இதற்கு ஏகலைவன், தான் துரோணரிடம் சென்று, வில்வித்தை கற்றுத்தரக் கேட்டதையும், அதற்கு அவர் மறுத்ததையும், பின்னர், அவரை குருவாக மதித்து, அவரது உருவத்தை வைத்து, வணங்கி அதன் முன்னர் தானே வில்வித்தை பழகித் தேர்ச்சி பெற்றதையும், கூறித் தன்னுடைய குருநாதர் அவரேதான் என்றும், தன்னை ஏற்றுக்கொள்ளும்படியும் வேண்டி நின்றான்.

இதைக் கண்ட துரோணர் யோசித்தார். அரச பரம்பரையைச் சேர்ந்த அர்ச்சுனனுக்கு மட்டுமே தெரிந்த அஸ்திரவித்தை, காட்டிலே திரியும் வேடன், ஏகலைவனுக்குத் தெரிந்துவிட்டதே, என்று ஏங்கினார். அர்ச்சுனன் மன வேதனையைப் போக்க ஒரு வழி, உபாயம் கண்டுபிடித்துவிட்டார்.

"ஏ கலைவா, நீ எனது மாணவன், ஆகவே எனக்குக் குரு தட்சிணை, தரவேண்டுமே, தருகிறாயா?" என்று கேட்டார் துரோணர்.

இதைக் கேட்ட ஏகலைவன் உள்ளம் பூரித்து "ஆகா, அப்படியே தருகிறேன், சுவாமி, எது வேண்டும், கேளுங்கள், தருகிறேன், தடையேதுமின்றி" என்று கூறிக் களித்துக் கூத்தாடினான்!

ஏகலைவனை மறுபடி துரோணர் பார்த்து "ஏகலைவா, எது கேட்டாலும், தருகிறேன் என்கிறாயே, அப்படியே செய்வாயா? செய்ய முடியுமா? தருவாயா, எதைக் கேட்டாலும்? தட்டாது உடனே !" என்று வினவினார்.

"குருதேவா, தாங்கள் எதைக் கேட்டாலும் தட்டுத் தடங்கலின்றி, உடனே தருகிறேன் தயங்காது பதிலளித்து என்ன கேட்பாரோ என்று ஏங்கி நின்று கொண்டிருந்தான், ஏகலைவன், துரோணரின் வாய்மொழி மேல் விழி வைத்து.

"ஏகலைவா, உனது வலதுகைப் பெருவிரலை வெட்டித்தா, குரு காணிக்கையாக," என்று கேட்டு விட்டார்.

ஏகலைவன் ஏதும் யோசிக்கவில்லை, சிந்திக்கவும் இல்லை! எந்த வில்வித்தைக்காக இவ்வளவு துடித்தானோ, அந்த வில்வித்தைக்கே, ஆதாரமான, மிகமிக அவசியமான வலதுகைப் பெருவிரலைக் கேட்கிறாரே, காணிக்கையாக, குருதேவர், என்று சஞ்சலமோ, சலிப்போ அடையவில்லை.

வாளை எடுத்தான், பெருவிரலைத் துண்டித்தான், "வலதுகைப் பெருவிரல், இதோ, காணிக்கையாக பெற்றுக்கொள்ளுங்கள், குருதேவா," என்று கொடுத்துவிட்டான்.

இது பாரதக் கதையில் ஒரு நிகழ்ச்சி! குரு-சீட தத்துவத்தை விளக்கிடும் பக்திக்கு எடுத்துக் காட்டு!

இத்தகைய குரூர குணம் படைத்த குருவும், கண் மூடிச் சீடருமா, இந்தக் காலத்திற்கு, எதிர்காலத் தமிழருக்குத் தேவையான பாடங்கள், போதனைகள், எடுத்துக்காட்டுகள்! முன்மாதிரிகள் ! கூடவே கூடாது!

இந்தக் காலத்திலே ஏமாந்த ஏகலைவர்களும் கிடையாது, தேவையுமில்லை. அதேபோன்று, குரூர குணம் படைத்த துரோணாச்சாரியர்களும் இல்லை, இருக்கத் தேவையே இல்லை !

இதே போன்று, தேவகுரு, பிரகஸ்பதியின் மனைவி தாரை, பிரகஸ்பதியின் சீடனான சந்திரனை மயக்கி, தன் ஆசை நாயகனாக்கிக்கொண்ட கதை ஒன்றும் இருக் கிறது, காவியரசனையோடு குழைத்தும் தரப்படுகிறது! தேவையா? இத்தகைய அருவருப்பான, ஆபாசப் புராணங்கள் ?

சீடனென்றும் பாராமல், சந்திரனைச் சல்லாபத்திற் கழைத்த தாரைகளும், குருபத்தினியென்றும் எண்ணிடாது, கூடிக்குலவின சந்திரனைப் போன்ற சீடர்களும், இவ்வளவும் நடக்கவிட்டு பின்னர் சாபந் தந்த பிரகஸ்பதி பகவான்களும்,

அவர்களைப்பற்றிய பதிகங் களும் நாட்டு நலிவைப் போக்கிட முடியுமா? எதிர்கால மக்களாகிய, மாணவருக்கு, இவையெல்லாந் தேவை தானா? இல்லையே !

இயற்பகை நாயனார், என்ற ஒரு நாயனாரைப் பற்றிப் பெரிய புராணத்தில் கூறப்படுகிறது, பெரிய புராணம் இலக்கியத்துள் ஒன்று என்று கருதப்பட்டு, பாடமாகப் போதிக்கப்பட்டு வருகிறது, மாணாக்கர்களுக்கு!

சிவனார், ஒருநாள் திடீரென்று புறப்பட்டார், பூலோகம் நோக்கி. எதற்கு?

பூலோக வாசிகளைப் பஞ்சம், பசி, பட்டினி, இன்னபிற இடுக்கண்களிலிருந்து விடுத்துத் தடுத்தாட் கொள்ளவா? இல்லவே இல்லை ! பின், எதற்கு?

தடுத்தாட் கொள்ளத்தான் பூலோகம் சென்றார், உமையொருபாகனார். இயற்பகை என்ற தமது பக்தனைப் பரிசோதித்துத் தடுத்தாட் கொள்ளப் பூலோகம் சென்றார்.

சிவனார், தமது உருவை மறைத்து, மாறுவேடம் பூண்டார். சிவனடியார் போன்று, சிவனார் மாறினார். மாறி இயற்பகையின் இல்லம் சென்றார்.

இயற்பகை என்பான் ஒரு சிவத்தொண்டன்.

சிவனடியார் கேட்டவற்றை யெல்லாம், இல்லையென்று கூறாது, வாரி வழங்கிவந்தார். சிவனடியார்க்குச் செய்யும் தொண்டே சிவத்தொண்டு; சிவனார்க்குச் செய்யப்படும் திருத்தொண்டு என்ற மனநிலை படைத்தவர். அவ்விதமே நடந்தும் வந்தவர், அவர்.

எம்பெருமான், திருக்கைலாயபதி, ஈசன் அவர்கள் சிவனடியார் உருவத்திலே, இயற்பகையின் இல்லம் ஏகி, இல்லையென்னாது ஈயும் இயற்பகை நீர்தானோ? இல்லை யென்னாது தருவீரோ, கேட்டவற்றை" என்று கேட்டார்.

சிவ நேசச் செல்வரை, சிவனடியாரைக் கண்ட இயற்பகை, இறும்பூ தெய்தி, அவரை வரவேற்று, "என்னவேண்டும், அடியவரே அடியேன் அளிக்கத் தவறேன்," என்று அன்பொழுகக் கேட்டார்.

இவ்வாறு கேட்ட இயற் பகையை நோக்கி, "அப்பனே, எமக்கு உனது மனைவியைத்தா, அவளை எம்முடன் அனுப்பிவிடு," என்று கேட்டருளினார், சிவனடியார் வேடத்திலே இருந்த, அர்த்தநாரீசுவரர்.

"மணந்த மனைவியைத்தா, கட்டிய மனைவியைக் கூட்டியனுப்பு, உடன்", என்றதும் இயற்பகை நாயனார் பதை பதைத்து சீறிச் சினந்து "என்ன கெடுமதி உமக்கு அடாததைக் கேட்கிறீர், படாததையெல்லாம் படப்போகிறீர், சிவநேசர் உருவில் வந்து, சிற்றிடையாளைத் தேடுகிறீர்; அடியவர் வேடத்திலே வந்து அடுத்தவன் பெண் டாட்டியைக் கூட்டியனுப்பு, என்னோடு, என்று துணிவுடன் கேட்கிறீர்," என்றெல்லாம் கனல் தெறிக்கப் பேசியிருப்பார், கோபத்தின் எல்லையையும் தாண்யிடிருப்பார் என்றெல்லாம் நீங்கள் நினைக்க வேண்டாம்!

"உன் மனைவி வேண்டும், உன் மனைவியை என்னோடு அனுப்பவேண்டும்" என்று கேட்ட சிவனடியாரைக் கோபிக்கவில்லை, இயற்பகையார்; கோபிக்காதது மட்டுமல்ல, அந்த அடியவரைக் கைகூப்பி வணங்கி, அவருடன் தமது மனைவியைக் கூட்டியுமனுப்பினார், இயற்பகை நாயனார்.

இந்த அடாத செயலை, தகாத முறையை, கேடான நடத்தையைக் கண்ட, கேட்ட அக்கம் பக்கத்தினரும், சுற்றாரும் மற்றோரும் சூழ்ந்து சென்று தடுத்தனர்.

"யார் தடுத்தாலென்ன? சிவனடியாருக்குச் சேவை செய்வதே, சிவத்தொண்டு, சிவனாருக்குத் திருப்தி தரும் தொண்டு,

அடியவர் யாசிப்பதை, கேட்பதை, விரும்பு வதைத் தரத்தவற மாட்டேன், என்னைத் தடுக்காதீர்," என்று கூறி மறுத்து, தமது மனையாளை, இல்லக் கிழத்தியை, வீட்டின் விளக்கை, வழியே வந்த விபூதிச் சாமியாருடன் அனுப்பிவிட்டார், இயற்பகை நாயனார்!

ஊரார், " அடுக்குமா? இந்த அக்கிரமம் '' என்று ஆர்ப்பரித்துக் கிளம்பினர். சுற்றத்தினர் "சுயமரியாதையற்ற செயல், சும்மா விடக்கூடாது, அந்தச் சூதுக்காரச் சாமியை," என்று சுடுசொற்களை வீசிப் புறப்பட்டனர், தீனதயாளன் திருத்தொண்டர் (!) சென்ற திக்கு நோக்கி!

இயற்பகையின் இல்லக் கிழத்தி உடன்வர, அரனடியார் உருவிலே வந்த ஆலகால விஷமுண்ட நீலகண்டனார் போய்க்கொண்டிருந்தார், இயற்பகையின் இல்லத்தை விட்டு!

'' மனைவியை மற்றவனுடன் அனுப்பிடும் மானங் கெட்ட செயலைத் தடுத்து நிறுத்தியே தீருவோம்,'' என்று சென்ற மக்கள், சிவனடியாரை வழியில் மறித்து நிறுத்தி, இழித்தும் பழித்தும் பேசிக் கொண்டிருந்தனர்.

இந்தச் செய்தியை, இயற்பகை கேட்டு, பதை பதைத்த்து துடித்தெழுந்து ஓடிச்சென்று உற்றாரையும். உறவினரையும், உபதேசம் செய்த ஊராரையும் ஏசிப் பேசிக் கடிந்து, தாக்கி, தன்மனைவியோடு சென்ற மகேஸ்வரன் அடியாரைப் பாதுகாப்புடன் அனுப்பமுனைந்தான்.

ஊரே கலங்கிடும்படி, இரு சாராரும் சுடுசொற்களை வீசியும், கைகலந்தும் கலகம் முற்றிக் கொண்டிருந்து !

திடீரென்று, சிவனடியாரைக் காணவில்லை, ஆகாயத்திலே, ஒளியொன்று, அதில் சிவபெருமான் காட்சியளித்து, "இயற்பகையாரே, உமது சிவத்தொண்டைக் கண்டு மகிழ்ந்தோம், சித்தங்களித்தோம், உம்மைச் சோதித்து, உமது பக்தியைப் பரிசோதித்து உமக்குப் பெருமை தந்திடத்தான், உமது பக்திப் பெருமையை உலகுக்கு உணர்த்துவான்

பொருட்டேதான், யாம், இத்திருவிளையாடல் புரிந்தோம்," என்று ஆசிமொழி கூறி, இயற்பகையை வாழ்த்தி மறைந்தார்.

இது பெரிய புராணத்தில் கூறப்படும் அறுபத்து மூன்று நாயன்மாரில் ஒருவரான இயற்பகை நாயனார் வரலாறு! புனிதமான புராணம்!

எவ்வளவு பக்தி! எத்துணை தொண்டு, சிவத் தொண்டு, கட்டிய மனையாளைக் கண்டவருக்குத் தானம் செய்திட்ட தயாள குணம்! இதுவா, தேவை இன்று!

எல்லாம் வல்ல இறைவன் திருவிளையாடல், இறைவனடியாரைச் சோதிக்கும் இழிமுறை, இல்லாளைத் தானம் கேட்பது, கேட்டுப்பெற்று உடன் அழைத்துப்போவது, நன்றா? நீதியா, முறைதானா? கூறுங்கள்!

இத்தகைய மூட, பக்திப் போதை, தன்னிலை மறந்த, தன்மானமற்ற போக்கு, பகுத்தறிவற்ற பண்பு, படித் தறியப்படவேண்டுமா? பாடங்களில் இவை அமைந்திட வேண்டுமா? இவ்வழி, இக்கால சந்ததிக்குத் தேவை, அவசியம் என்ற எண்ணமா? ஏற்பாடா? எதற்காகப் புகுத்தவேண்டும், இளைஞரின் இதயங்களில் இத்தகைய, இழிதன்மைகளை !

அதுவும் ஆண்டவன் பேரால், ஆபாசத்தை, அறிவுக்கூடங்களான கல்வி நிலையங்களில், பள்ளி வாழ்க்கையில் ! தேவையற்ற திருப்பணிதானே, இதெல்லாம்?

ஆண்டவன், கடவுள், மகேஸ்வரன் இவைபற்றிய ஏடுகள் தேவைதான், என்று வாதத்திற்காக, பேச்சளவில் ஒப்புக்கொண்டு கவனித்தாலும், ஆபாச ஆண்டவனையும், கருத்தற்ற கண்மூடிக் கடவுளரையும், பிறன் மனையாளைப் பிடித்திழுக்கும் மதிகெட்ட மகேஸ்வரனையுமா, மாணவருக்குப் பாடமாக அமைத்திடவேண்டும்!

பக்தி! நம்பிக்கை, நாதன் புராணம், நம்பினால் மோட்சம், நம்பாவிட்டால் நரகம் என்ற பயந்த பரம்பரைப் புத்தி, போகிற கதிக்குப் புண்ணியந் தரும் ஏடு, என்று எண்ணி நம்பிக்கை வைத்து சிந்தனையற்று, சீர் தூக்கியும் பாராது, கண்டனவற்றை யெல்லாம், லத்திற்கும் கருத்திற்கும் முரண்பட்ட நடத்தைகளை, முறையற்ற, தகாத கோட்பாடுகளைப்போற்றிப் புகழ்ந்து, அடாத ஆகாத அக்கிரமங்களை, ஆண்டவன் அவதார மகிமை, திருவிளையாடல்கள் என்று படித்து பாடியாடி மகிழ்ந்திடும் 'பக்திப் போதை'யிலேயே, எதிர் காலச் சந்ததியையும் சிக்கிச் சீரழிய வைத்திடும் பணி யைப் பள்ளி வாழ்க்கையில், இனியும் புரிந்திடத்தான் வேண்டுமா, புராண, இதிகாச போதனைகள் மூலம்?

ஆண்டவன், கடவுள், உலக அறிவிற்கு அப்பாற் பட்டவர். காண முடியாத ஒரு சக்தி! பார்க்கமுடியாத ஒரு பொருள்! மனித சக்திக்கும் மீறிய ஒன்று! இயற்கை! என்ற கொள்கைதான் தேவை!

பள்ளி வாழ்க்கையிலேயே மதமாச்சரியங்களை ஊட்டிடும் புராணங்கள், ஒன்றுக் கொன்று முரண்பட்ட மதக் கோட்பாடுகள், அறிவையும் அதே நேரத்தில் அறியாமையையும் புகுத்திடும் பாடங்கள், விஞ்ஞானத்தை யும் அதே நேரத்தில் விசித்திர அவதார மகிமைகளையும், போதித்து மாணவருக்குப் புரியாத, குழப்பமான சூழ் நிலையை, முரண்பட்ட, ஒன்றோடு ஒன்று முட்டி மோதிக்கொள்ளும் தத்துவங்களுக்கு ஆக்கந்தந்திடும் விசித்திர, விபரீதப் பாடத்திட்டம், பகுத்தறிவுக்கு முரண்பட்ட திட்டம், தேவைதானா, இன்றும்? இந்தக் காலத்திலும்?

விஞ்ஞான வகுப்பில் மாணவன் மழைபொழிவது எப்படி? என்பதைப் படிக்கிறான். பற்பல உபகரணங்களைக் கொண்டு,

கண்ணெதிரே மழை தோன்றுவதற்கான காரணங்களை, மழை பெய்யும் சூழ்நிலைகளைப் பற்றிப் படிக்கிறான்.

பூமியிலுள்ள நீரானது, சூரிய வெப்பத்தால் நீராவியாக மாறி, காற்றிலே கலந்து மேலே போய், வானத்தில் மேகங்களாகின்றன ! குளிர்ந்த காற்று பட்டாலோ, அன்றி, குளிர்ந்த மலைச்சிகரங்களுடன் மோதிடும் பொழுதோ மேகங்கள் குளிர்ந்து, நீராக மாறி மழையாகப் பொழிகின்றன, என்று படிக்கிறான், பொது அறிவு வகுப்பிலே!

அடுத்தபடியாக, புராணங்களிலும், இதிகாசங்களி லும், மழைக்கு அதிபதி வருணபகவான் என்றும் இடிக்குத் தலைவன் இந்திரன் என்றும் இவர்களைப் போற்றி, தொழுதால்தான் மழைபொழியும், என்று மற்ற வகுப்பிலும் படிக்கும் மாணவனது அறிவு-தெளிவு என்னாவது!

பக்திரச ஏடுகள், புண்ணிய புராணங்கள், பகவான் திருவாய் மலர்ந்தருள, அதனை முனிபுங்கவர், தவ சிரேஷ்டர்கள், கேட்டு வழிவழியாகச் சொல்லப்பட்டு வேதமாக, இதிகாசமாக, புராணமாக இன்று பாட புத்தகங்களாகவும் அமைந்துள்ள ஏடுகளில் மழை பெய்வதற்குக் காட்டப்படும், "பரம்பொருள் வாக்கு" என்ற 'லேபில்', முத்திரையுடன் கூடியவற்றில் கூறப்படும் காரணத்தை ஏற்பதா, அன்றி அறிவுலக ஆராய்ச்சி, பொது அறிவு, விஞ்ஞானம் கூறுவதை, தீர்மானித்து, திட்டமாகக் கூறுவதை நம்புவதா? எதை நம்புவது, ஏற்பது, கொள்வது? மாணவனின் மனநிலை மருளாதா? மனச்சோர்வு அடையாதா?

விஞ்ஞானம் தெளிவானது! பொருந்திய, உண்மை களைக் கொண்டது. அதை நம்பினால், புண்ணிய புராணத்தை நம்பிடாத 'புல்லன்' ஆவானே!

புராணத்தை நம்பி, புராணவழி நடந்தால் பொது அறிவு கிட்டிடாது!

இரண்டுங் கெட்டநிலை! தவிப்பு! தெளிவற்ற, சூழ்நிலை! பாலப்பருவத்தில், பள்ளி வாழ்க்கையில்!

கருத்து, முரண்பட்ட கருத்து, கொள்கை, ஒரு காரியத்திற்கு, ஒரு இயற்கையின் நிகழ்ச்சி, செயல்முறை முறை குறித்து! மழை பெய்வது எப்படி? என்று? வேடிக்கை! விபரீதம்! விசித்திர முரண்பாடு ! வேதனை தரும் வேடிக்கை நிகழ்ச்சிதான் !

வருண பகவானை நம்பி, வருண ஜெபங்கள் நடத்தி வருண யாகங்கள் செய்து வருண பகவானின் அருளால், வரண்ட பூமி வளம்பெற, மழை பெய்விக்க வருண ஜபங்கள் பெரும் பெரும் பொருட் செலவில் இன்றும் நடப்பதை ஒரு பக்கம் கவனிக்கிறான் மாணவன்.

இதே நேரத்தில், ஆகாய விமானத்தில் மேகங்களிடையே சென்று, விஞ்ஞானக் கருவிகள் மூலம் மேகங்களை இழுத்து வந்து, தமது நாட்டில் மழை பெய்வித்து, வாழும் ரஷ்ய நாட்டுச் செய்தியையும், நடக்கின்ற உண்மையையும் படிக்கிறான், மாணவன் !

வருண ஜபம், மழை வேண்டி ! வந்ததா? நிச்சய மாகக் கூறமுடியுமா ? வருண ஜபம் செய்து மழை பெய்து, நாடு நல்ல வளம்பெற்றதென்று? முடியாத நிலைதானே?

மேகத்தை விஞ்ஞானக் கருவிகளால் இழுத்து வந்து மழை பெய்விப்பதைக் காண்கிறோம் கேட்கிறோம், இந்த நாளில், ரஷ்ய நாட்டில்?

மேற் குறிப்பிட்ட, இரண்டு வழிகளில், எது வேண்டும் இன்று! எது தேவை, மக்களுக்கு! தீர்ப்பு கூறுங்கள் !

மனிதனின் அறிவு கண்டு, பலனுமடைந்த விஞ்ஞான மார்க்கமா? அல்லது மகான்கள்(!) வழி வழி வந்து மறையவர் செய்திடும் வருண ஜபமா?

எந்த அறிவு தேவையான அறிவு, மக்களுக்கு, குறிப்பாகப் பள்ளி மாணவருக்கு! பள்ளி வாழ்க்கையில் பெறவேண்டியது, எது, இந்த இரண்டில் பொது அறிவா? புராணப் பாராயணமா?

எது வேண்டும் சொல்லுங்கள்?

நடைமுறையா? நாரதர் காலத்துத் தவமுறையா? எதுவேண்டும், எது தேவை, இன்று? நமக்கு, நமது நல்வாழ்விற்கு! சிந்திக்கவேண்டாமா, நாம்.

பயன் தரும் பகுத்தறிவு வழியா? பரலோக வாழ்வு பற்றிப் பேசிடும் பகவத் கதைகளா? பகுத்தறிந்திடும் பண்பா? 'பகவான் மொழி, பாரசர் வாக்கு' என்றதும் பணிந்திடும் பக்தியா ? எது தேவை, எது தெளிவு, எது நன்று, எது நல்லது? கூறுங்கள்!

விஞ்ஞானமா? வேதமா? அறிவா? ஆற்றலா அல்லது அவனருள் விட்டவழி, விதியை வெல்வோர் யார், என்ற பழம் பல்லவியா? எது முறை, எது சரி, எது தேவை, இன்று?

விஞ்ஞானம் - பொது அறிவு - உலகியல் அறிவு இன்று முதலிடம் பெற்றுள்ளது, மனித வாழ்வில்!

மனிதனது வாழ்வின் ஒவ்வொரு துறையிலும் இன்று விஞ்ஞானம் இரண்டறக் கலந்துவிட்டிருக்கிறது!

விஞ்ஞானம் மனித வாழ்வை மங்காத ஒளியாக, மட்டற்ற மகிழ்ச்சிப் பூங்காவாக, இருள் நீங்கிய வான மாக, உழைப்பைக் குறைத்து, உணர்வைப் பெருக்கிடும் துணைவனாக, தோழனாகத் தொண்டு செய்கிறது!

விஞ்ஞானம், தொட்டவற்றில் எல்லாம் தோன்றித் துணை செய்கிறது, மனிதனுக்கு!

மனிதன் படிப்பதற்குத் தேவைப்படும், புத்தகங்கள், புத்தகங்கள் அச்சிடப்பட்டுள்ள காகிதங்கள் விஞ்ஞான வளர்ச்சியின் அறிகுறி! அதனை அச்சிடும் அச்சு இயந்திரம், மனித உழைப்பைக் குறைத்து, ஓலைச் சுவடிகளில் எழுதும் ஓயாத உழைப்பைக் குறைத்து, உருவான தொண்டு செய்துள்ள விஞ்ஞான வளர்ச்சி யின், கண்டு பிடிப்புதானே!

மனிதன் செல்லும் வண்டி, வாகனங்கள், ஓடும் இரயில், செலுத்தும் மோட்டார், பறக்கும் விமானம், பேசும் சினிமா, கீதமிசைத்திடும் கிராமபோன், பாடும் ரேடியோ,பார்த்திடும் டெலிவிஷன், காலம் அறிவிக்கும் கடிகார வகைகள், இன்னும் எத்தனை யெத்தனை ! விஞ்ஞானம் மனிதனுக்குத் தந்துள்ள மட்டற்ற சாதனங்கள் !

மின்சார ஒளி-மின்சார விசிறி, மின்சார மோட் டார், மின்சார இரயில், மின்சார அடுப்பு, மின்சார மணி, மின்சார விசை, மின்சார மருந்து வகைகள், மின்சாரத் தூக்கு முறை, மின்சார ஏணி, மின்சாரத் தள்ளி, மின்சாரத் தூக்கி, மின்சாரப் பொருத்தி, மின்சாரப் பாதுகாப்பு முறை! அப்பப்பா! மின்சாரம், மின்சாரம் மின்சாரம் என்று மனிதன் மின்சார மயமாக அல்லவா, மாறி விட்டிருக்கிறான், இன்று !

மின்சாரம்—இயற்கைச் சக்தி! இயற்கைச் சக்தி யான நீர்வீழ்ச்சியிலிருந்து, ஏன், அதையும் விட, நீரை அணைக்கட்டித் தேக்கி, மின்சார சக்தி உண்டாக்கி, அந்த மின்சாரத்தை மனிதன் தனது உழைப்பைக் குறைக்கும் உறுதுணைவனாக, உல்லாசத்திற்கேற்ற ஒளிப் படமாக, உபயோகப்படும் ஒளி விளக்காக, உயரே செல்லும் மின்சாரத் தூக்கியாக, இயந்திரங்களை இயக் கிடும் ஏவலனாக, எத்தனையோ வழிகளில், வகைகளில் உபயோகப்படுத்துகிறானே? இந்த அறிவு, இயற்கைச் சக்தியைப் பயன் படுத்திடும் அறிவு எதனால் உண்டானது?

மனிதன் சிந்திக்கத் தலைப்பட்டான்! சிந்தித்தான்! சுற்றிலுமுள்ள பொருள்களைப் பார்த்தான், சிந்தித்தான் ! சிறு சிறு அசைவுகளையும் கண்டு சிந்திக்கத் தவறவில்லை, சில மனிதர்கள். அத்தகைய சிந்தனை யாளர்களின் சீரிய முடிபு, இன்று நமது வாழ்வெங்கும் பரிமளிக்கிறது!

பரிமளம்! பயன் தரும் பரிமளம்! பலனுள்ள பரிமளம் வீசுகிறது, உலகெங்கும் !

எவனோ ஒருவனது சிந்தனைத் துளி, எதையோ கண்டு, கருத்தைச் செலுத்திச் செய்திட்ட ஆராய்ச்சியின் விளைவு, விஞ்ஞான முன்னேற்றம், வாழ்வை வசீகர மாக்குகிறது, உலகெங்கும் உபயோகப்படுகிறது !

உலகப் பொது நன்மைக்குப் பயன்தரும் பணி, பொது அறிவுப் பணி ! பகுத்தறிவுப் பணி! மனிதனை மனிதனாக வாழவைக்கும்பணி! மிருகத்தனமான உழைப் பினின்றும் விடுதலை தந்திடும் பணி! உற்பத்தியைப் பெருக்கிடும் உதவிப் பெரும் படை, உலகியல் அறிவு, விஞ்ஞான அறிவு !

உலகின் ஒரு கோடியில் ஒரு நிகழ்ச்சி நடக்கிறது! அது அன்றே, உலகு எங்கும், உலக முழுதும் தெரிந் திட, பரவிட எத்தைய அரிய சாதனங்கள் அமைந் துள்ளன, இன்று !

உலகின் அன்றாட நிகழ்ச்சிகளைப் படம் பிடித்துக் காட்டும், செய்தித் தாள்கள் என்ன? வானொலிகள் என்ன ?

அவசர நிகழ்ச்சியா, செய்தியா? அனுப்பு, தந்தி! என்ன அற்புதம்? ஆனாலும் நடக்கிறதே, நடைமுறை யில் நடந்திடக் காண்கிறோமே!

‘பணத்தோட்டம்’ எனப்படும் 'பாங்கி' (Bank) கள் செய்திடும் சுலப, சாத்திய முறைகள் என்ன ?

முன்னேற்றம்! ஒரு சில குறிப்பிட்ட துறைகளில் மட்டுமல்ல! உலக வாழ்வின் ஒவ்வொரு துறையிலும், ஒவ்வொரு

கோணத்திலும், முன்னேற்றம், வகையான முன்னேற்றம், நடந்துள்ளது, நடந்துகொண்டே இருக் கிறது!

இத்தகைய நேரத்திலே, இத்தகைய முன்னேற்றப் பாதையிலே, உலகம், சென்றுகொண்டிருக்கும் விஞ் ஞான காலத்திலே, நாம் வெறும் வேதாந்திகளாக, உலகளந்தானைப் பாடிக்கொண்டிருக்கும் உத்தம பக்தர்களாக, சிவகாமி நேசனின் திருத்தொண்டர் புராணத்தைப் பாடிப் பூரிக்கும் அடியார்களாகவே இருக்கத்தான் வேண்டுமா?

உலகத்தைப்பற்றிய, உலகின் வடிவத்தைப்பற்றிய கருத்து, எண்ணம் ஒரு காலத்தில் ஒருவிதமாக இருந்தது !

உலகம் தட்டையானது! உலகம் நீண்ட சதுர வடிவங்கொண்டது, என்றெல்லாம் மக்கள் எண்ணி யிருந்த காலமும் இருந்தது! ஆனால் இன்று ?

உலகம் உருண்டை என்பது உறுதியான செய்தி, உறுதியான செய்தி மட்டுமல்ல, உலகைச் சுற்றிப் பார்த்து கண்ட கருத்துமாகும் !

உலகம் தட்டை என்பதைச் சாதாரண மனிதர்கள் மட்டுமல்ல, புராணங்களே பறைசாற்றின ! தேவாதி தேவர்களே இதனைக் கூறியுள்ளனர். இரண்ணியாட் சதன் என்ற அசுரன், பூமியைப் பாயாகச் சுருட்டிக் கொண்டு, கடலில் ஓடி, ஒளிந்து கொண்டானாம். உலகமே மறைந்து விட்டது, இதனால்.

தேவரும், முனிவரும், காக்கும் கடவுளாம் கார்வண்ணனை, திருமாலைத் துதித்து, அந்தத் தீயோனை அழித்தொழித்து, பூமியைத் திரும்பவும் கொண்டு வரும் படி வேண்டினராம்!

மகாவிஷ்ணுவும், முனிவர், தேவர், வேண்டுதலுக்குச் செவிசாய்த்து 'ஆவன செய்வோம், அசஞ்ற்க'', என அபயம் அளித்துவிட்டார்.

தேவரும் முனிவரும் களிப்புக் கடலில் மூழ்கினர், மாலோனின் ஆறுதல் மொழிகேட்டு !

மகாவிஷ்ணுவானவர், உடனே, வராகவதாரம் (பன்றி வடிவம்) எடுத்துக் கடலில் குதித்து, இரண்ணி யாட்சதனைத் தேடியலைந்து அவனுடன் போராடி, அந்த அரக்கனை அழித்து ஒழித்துவிட்டு, அகில உலகையும் ஆழ்கடலிலிருந்து காப்பாற்றி, அரக்கன் பாய்போலச் சுருட்டிச் சென்ற, பரந்தபூமியை, மீண்டும் கடலினின்றும் வெளிக்கொணர்ந்து, பாயை விரித்தார் - பாயாகச் சுருட்டப்பட்டிருந்த பூமியை - உலகை மீண் டும் பரப்பினார்!

மறைந்த உலகு மீண்டும் வந்தது வெளியே! சுருட்டப்பட்ட உலகு மீண்டும் விரிக்கப்பட்டு விட்டது, பரந்தாமனால் !

இது புராணம், தேவகதை! சாமான்யர் விட்ட சரடல்ல, பக்திப் பரம்பரைப்படி, முக்தி தரும் பக்திக் கதை!

பரந்தாமன் எடுத்த பத்து அவதாரங்களில் ஒன்று வராகவதாரம்! தேவரும், முனிவரும், மூம்மூர்த்திகளில் ஒருவரான, மகாவிஷ்ணுவும் ஒப்பிய உண்மை, உலகம் தட்டை, பாய் போன்றது, என்பது?

இந்த தேவமொழி, இன்று தேய்ந்த மொழியாகி விட்டது, விஞ்ஞானத்தின் முன் ! மனித அறிவுத் தெளிவின்முன்! உலகம் உருண்டையாகத் தான் இருந்தது, இருக்கிறது என்பது, எடுத்துக் காட்டப்பட்டுவிட்டது!

இந்த மாறுதல், கருத்து மாறுதல், கண்கண்ட கருத்து மாறுதல், காலவேகம் கற்றுக்கொடுத்த கருத்து மாறுதல், புறக்கணிக்க முடியாத, வாழ்வுடன் பிணைந்து விட்ட கருத்து மாறுதல் இன்று முடிந்துபோன, தவறு என்று எடுத்துக் காட்டப்பட்டு, தீர்மானமாகிவிட்ட கருத்துடன், காலங்கடந்த கருத்துடன்

மோதவிடப் படுகிறது, நாட்டில், நாட்டில் மட்டுமல்ல, வாழ்க்கையிலுங்கூட!

இந்த மோதுதல், பழமையையும் புதுமையையும் மோதவிடும் பணி, பள்ளி மாணவனின் பகுத்தறிவைப் பாழ்படுத்திக் குழப்ப நிலையில்தானே கொண்டுவிடும். கொண்டு விடுகிறது!

சூரிய கிரணகம், சந்திரக் கிரகணம் ஏற்படுகிறது ! எப்படி?

படிக்கிறோம்,விஞ்ஞான வகுப்பில், பூமி, தன்னைத் தானே சுற்றிக்கொண்டே, சூரியனைச் சுற்றிவரும் பாதை யில் ஏற்படும் மாறுதலைப் பொறுத்தும், சந்திரன் பூமியைச் சுற்றும்போது ஏற்படும் மாறுதலைப் பொறுத்தும் இந்தக் கிரகணங்கள் ஏற்படுகின்றன, என்று.

சூரியனையோ, அல்லது சந்திரனையோ, இராகு, கேது என்ற பாம்புகள் விழுங்கும்போது, சூரிய, சந்திர கிரகணங்கள் ஏற்படுவதாகப் பழைய ஏடுகள் கூறு கின்றன! இதையும் படிக்கவேண்டிய நிலை !

இரு, வேறு வேறான காரணங்கள், ஒரு நிகழ்ச்சியைக் குறித்து. ஒன்று விஞ்ஞான ஆராய்ச்சி முடிபு: மற்றொன்று, வேத ஆகம புராணக்கூற்று! இதில் எது உண்மை, எது தேவை ! என்ற தெளிவு ஏற்பட வேண்டாமா, மாணவருக்கு !

புராணத்தையும், அதே நேரத்தில் புராணக் கருத்தைப் புளுகு என்று எடுத்துக் காட்டிடும் புதுமைக் கருத்தையும் படிக்கவிட்டு, இரண்டையும் இளைஞர் இதயங்களில் குடிபுகவிட்டால், இளைஞர் இதயம், இளைஞரின் தெளிவு, என்னாவது?

காலத்தால் உளுத்துப்போன, கவைக்குதவாத கண் மூடிக் கொள்கைகளை விட்டுவிடக் கூடாது, என்று ஒரு புறம் போற்றிக்கொண்டு வருவதும், அதே நேரத்தில், வேகமாக வளர்ந்துவரும் பொது அறிவு தந்திடும் புது யுக மறுமலர்ச்சிச்

சாதனங்களை வாழ்க்கையில் உபயோகப் படுத்திக்கொண்டும் வாழ்கிறோம். விசித்திர வாழ்க்கை!

விசித்திர வாழ்க்கை! விஞ்ஞானமும்-விஞ்ஞானத் திற்கு முரண்பட்ட, நேர்மாறான கருத்துக்கொண்ட, வேதங்களும் ஒன்றாகவே, வளர்க்கப்பட்டு வருகின்றன!

வாழ்வுக்குத் தேவையான வசதிகளை, விஞ்ஞான மூலம் பெற்று, புறத்தில், வெளி உருவில் மாறுதல், மறுமலர்ச்சி பெற்றுள்ளோம். அதே நேரத்தில் 'அக வாழ்வு' அந்தக் கால, அர்த்தமற்ற அறியாமை வாழ்வாகத்தானே, இருக்கிறது! இந்தநிலை, தெளிவற்ற நிலை, மாற்றப் படவேண்டும்?

படிப்பு! வெறும் படிப்பாக, வெட்டிப் படிப்பாகப் போய் விடக்கூடாது!

படித்தோம், பல கலைகளையும் கற்றோம்! பகுத் தறிவு பெற்றோம்! இல்லாமையைப் போக்கிடத் துணை செய்தது! கொடுமையை விரட்டியது; சமத்துவத் தைப் பரப்பியது! சகோதரத்துவத்தை நிலை நாட்டி யது! எண்ணத் தெளிவு ஏற்படுத்தியது! கருத்து முரண்பாடுகளை, கண்மூடி வழக்கங்களை, காட்டுமிராண் டிக்கொள்கைகளை, நீக்கிட, போக்கிடத் துணை செய்தது, என்ற முறையிலே : பள்ளி வாழ்க்கையில், பயனுள்ள கல்வி, பகுத்தறிந்திடும், அறிவு தரும் படிப்பு, தேவை! மிகமிகத் தேவை! உடனடியாகத் தேவை!

வரலாறு! உலக வரலாறு! உலகின் ஒவ்வொரு நாட்டின் வரலாறுகளும் பள்ளி வாழ்க்கையில் கற்பிக்கப்படுகிறது!

பல நாடுகளின் வரலாற்றைப் படிக்கிறோம்! ‘அந்தந்த நாடுகளிலே, மக்கள் வாழ்ந்த வரலாறு, வாழ்க் கைத்தரம் வளர்ந்த வரலாறு, நாகரிகமற்ற வாழ்க்கை மாறி, நாளுக்குநாள் தெளிவுபெற்று, சிந்தனை முதிர்ச்சியடைந்து, நாகரிக வாழ்வு வாழ்வதைப் பற்றியும் படித்திருக்கிறோம்!

பேரரசுகள் பல தோன்றியதையும், அவை அழிந்த வகை வழிபற்றியும் படிக்கிறோம்! எந்தெந்த நேரத் திலே, மறுமலர்ச்சி, மனமாறுதல் ஏற்பட்டது, அந்தந்த நாடுகளிலே, என்பதையும் தெரிந்து கொள்கிறோம்!

இவ்வளவும் படிக்கும் நாம், நமது நாட்டின் வரலாற்றையும் படிக்கிறோம்!

நமது வரலாறு, நமது தமிழ் நாட்டின் வரலாறு, சரிவர உள்ளதா; நமது மூதாதையரான, சேரன், சோழன், பாண்டியன் பற்றிய வரலாறுகள் ஒரு சில பக்கங்களிலேயே, சரித்திரப் புத்தகங்களில் முடிந்து விட்டிருப்பதைப் பார்க்கிறோம்!

பர்மாவை வென்ற பராந்தகன் ஈழம்வென்ற தமிழரசன், இமயத்தில் தமிழ்க்கொடி பொறித்த தமிழரசர் கள், வரலாறு, விரிவாக, விளக்கமாக இல்லை!

தமிழனைத் தாழ்த்திப் பேசின, கனக, விசயர் என்ற ஆரியர் தலையிலே கல்சுமக்க வைத்த சேரன் செங்குட்டுவனைப் பற்றிய சேதி உண்டா, சரித்திரத்தில்!

உலகப் பொது மறை என்று புகழ்படும் திருக் குறளைப் பற்றி ஒரு சிறு குறிப்பு, ஒரு சொல், ஒரு பாராட்டுதல் உண்டா! உண்டா ! சரித்திரத்தில்!

பகவத் கீதை, இராமாயண, பாரத இதிகாசங்கள் இடம்பெற்ற சரித ஏடுகளிலே, இல்லை, திருக்குறளுக்கு இடம் !

தமிழா, உன்நிலை, உனது வரலாற்று நிலை இதுவா? என்று தேம்பும் நிலையன்றோ, தமிழ், தமிழனது இன வரலாறு இல்லாது போய்விட்ட இழிநிலை!

தமிழ் வரலாறு, தமிழின வரலாறு, சரிவர எழுதப் படவேண்டும். சூதுமதி படைத்தோரால், மறைக்கப் பட்ட தமிழ் மணம், தமிழரது சரித்திரம், எழுதப்பட வேண்டும்,

தமிழனது வீரம், தீரம், வாழ்க்கைத்தரம் விளக்கப்படவேண்டும்,முறையாக, தெளிவாக!

உலகம் முழுதும் சுற்றி, உன்னத நிலையிலே வாணி பம் செய்து, கடல் கடந்து களம் பல கண்ட தமிழனது வீரம், நாகரிகம் இன்று மறைந்திட்ட, மறைக்கப்பட்ட காரணம் என்ன?

வரலாறு, தமிழக வரலாறு, கங்கைக் கரையிலி ருந்து ஆரம்பிக்கப்படாது, காவிரிக் கரையிலிருந்து தொடங்கப்பட வேண்டும்!

கங்கை கொண்ட சோழன் வரலாறு, கனக விசயர் தலையிலே கல் சுமக்கவைத்த செங்குட்டவன் சரித்திரம், இளங்கோவின் எழுத்து, திருக்குறளின் மேன்மை, குலோத்துங்கன் காலம், இராஜ காலம், இராஜ இராஜேந்திரனின் வெற்றிச் செய்திகள் யாவும் தீட்டப்படவேண்டும். தமிழக வரலாற்றில்.

தமிழன், தமிழக வரலாற்றைப் படிக்க, தெரிந்து கொள்ள, வழி வகுக்கவேண்டும்.

தமிழின் தொன்மை, தமிழின் மேன்மைபற்றிப் படிக்கவேண்டும், தமிழைப் போற்ற வேண்டும், தமிழைப் பாதுகாக்க வேண்டும், தமிழன் தமிழனாக வாழ வேண்டும்?

தமிழினம், வருங்காலத் தமிழனமாவது, தமிழ றிந்த தமிழினமாக, தமிழின வரலாறு தெரிந்த தமிழன மாக, தமிழ்ப் பூங்காவாக, தமிழ்த்திருநாட்டைத் தனித் திரு நாடாக வாழவைக்க வழி கோலவேண்டும். இதற்கு ஆவன செய்ய வேண்டும்.

பள்ளி வாழ்க்கையில், உலகைத் திருத்திய உத்தமர் வரலாறுகளைப் படிக்கவேண்டும். உத்தமர் வாழ்க்கை வரலாறுகள் பலவும், போதிக்கப்படவேண்டும், பள்ளி களில்.

காட்டுமிராண்டிகளாக, காடுகளிலும் மேடுகளிலும், மலைக் குகைகளிலும் மனித வர்க்கம் நாகரிக மற்றுத் திரிந்த காலம் மாறி, மதனின் அறிவு வளர்ச்சி பெற்று, மத, அரசியல், பொருளாதார அறிவு பெற்று வாழத் தலைப்பட்டு, முன்னேற்றமடைந்துள்ள, வளர்ச்சி வழியை, முன்னேற்றப் பாதையை, வளர்த்த நாகரிகத் தின் வரலாற்றைப் படித்தறியவேண்டும்.

'கடவுள்,'ஆண்டவன் தோன்றியவிதம், ஆதிகால மனிதன் போற்றிய கடவுளரின் இன்றைய நிலை, மதங்கள் உற்பத்தியான விதம். மதங்களிலே ஏற்பட்ட மாறுதல்கள், இடையிடையே மக்கள் மன நிலை, மன வளம் மாறிய வழி, மார்க்கம் யாவும் பள்ளி வாழ்க்கையில், நிச்சயமாக இடம்பெறத்தான் வேண்டும்.

கண்மூடிக் கொள்கைகளைக் கொண்டு மக்கள் சிந்திக்கவும் எண்ணமின்றி வாழ்ந்தபோது "சிந்தி, யோசித்துப் பார், காரண காரியங்களைக் கவனி? எண் ணிடத் துணி, காரியமாற்று, கண்மூடித்தனமாக எதை யும் பின்பற்றாதே," என்றெல்லாம் எடுத்துரைத்த கிரேக்க அறிஞன் சாக்ரடீஸ் பற்றிப் படிக்கத் தவறக் கூடாது!

சிந்திக்கத் துணிவு கற்பித்த குற்றத்திற்காக ஏதென்ஸ் அளித்த தீர்ப்பு, விஷக்கோப்பை !

"சிந்திப்பது பாவமல்ல, மனித இயற்கை, என்பதை எடுத்துக் கூறியதற்கு சாக்ரடீஸ் பெற்ற பரிசு 'நச்சுக் கோப்பை !'

''நஞ்சுக் குடித்துச் சாகவேண்டும்' இது அந்த நாள், அந்தக் கால மனித உள்ளம் அளித்த தீர்ப்பு சிந்திக்கத் துணிந்த சாக்ரடீசுக்கு!

மதத்துறையிலே, கிறித்துவ மதத்துறையிலே மாறுதல் காண விரும்பித் துணிவுடன், போப்புடன் போராடிய மார்ட்டின் லூதர், எதிர்ப்புக்கும் ஏளனத்திற் கும் இடையே செய்த பணியை படிக்கத்தான் வேண்டும், பள்ளி வாழ்க்கையில் !

சிலுவையிலே அறையப்பட்டு இறந்த இயேசுவைப் பற்றி அறியவேண்டும். கல்லெறிபட்டுக் கலங்கியோடிய முகம்மது, மனைவி மக்களைத் துறந்து நள்ளிரவில் மன அமைதி காண வெளியேறிய கௌதம புத்தர், அடிமை விலங்கைத் தகர்த்தெறியப் பாடுபட்ட ஆப்ரகாம்லிங்கன் நோயாளியெனக் கேலி செய்யப்பட்ட துருக்கிக்குப் புது வாழ்வு அளித்த கமால் பாட்சா, சீன தேசத்துச் சன்யாட் சன், பொது உடைமைக் கொள்கைகளை வகுத்துச் சென்ற கார்ல் மார்க்ஸ்-ஏங்கல்ஸ், அறிஞன் ரூசோ, வால்டேர், லெனின், உத்தமர் காந்தியார் போன்றவரின் வாழ்க்கையையெல்லாம் பாடமாக, பள்ளி வாழ்க்கையில் கற்றுத்தெளிய வேண்டும்.

ரேடியோவைக் கண்டு பிடித்தது யார், தெரிந்து கொள். மின்சாரம் தோன்றிய வரலாறு என்ன? அறிந்துகொள் ! தொலை நோக்காடி தோன்றிய முறை யாது? கற்றுக்கொள்! புதுப் புதுக் கருவிகள் உண்டான சூழ்நிலைகள் என்ன? புறக்கணித்து விடாதே, தெளி வாகத் தெரிந்துகொள்! பள்ளி வாழ்க்கையில் இவைகளை விளக்கிடும் ஏடுகள் தேவை!

மனித இயல், மனிதப் பண்பு, மனிதத் தன்மை வளரவேண்டும். மனிதத் தன்மையை வளர்க்கும் ஏடுகள் ஏராளமாகத் தேவை !

மனிதன் மனிதனாக வாழவேண்டும். மனிதன் தன்னையும் பிறரையும் மனிதனாக மதித்து, மனித உள்ளத்தோடு, மிருகத் தன்மையின்றும் மாறி, பகுத் தறிவு படைத்தவனாக, சூழ்நிலையை ஆராய்ந்திடும் ஆற்றல், அறிவு. மனத்திடங்கொண்டு அமைய, அறிவு நூல்கள், மனப் பண்பு விளக்க ஏடுகள் இயற்றப்பட வேண்டும்.

பள்ளிப் பாடதிட்டங்களில் இவையெல்லாம் இடம் பெற வேண்டும்! இடம் பெறும்படி செய்தாக வேண்டும்.

வாழ்க்கைக் கல்வி-வாழ்க்கைக்கு வழி காட்டிடும் கல்வியறிவே தேவை.

சமுதாய முன்னேற்றக் கருத்துக்களைப் புகுத்திடும் புத்தகங்கள், பள்ளி வாழ்க்கையில், படிக்கப்படவேண் டும், மாணவர்களால்.

மனிதன்-திருடுகிறான். மனிதன் பொய் பேசுகிறான்.

நாடோடியாகக்கூட தாய் தந்தையைத் துறந்து, மனிதன் திரிகிறான், சில பல நேரங்களில்! ஏன்? மனிதன் மனமுடைந்து, வாழ்வில் விருப்பமுமற்று, சோம்பித் திரிவது ஏன்? மூளைகெட்டு, மதிமங்கிப் பைத்தியமாகிறானே, மனிதன், எதனால்? எத்தகைய சூழ்நிலையால், என்றெல்லாம், மாணவர் தெரிந்துகொள்ளத்தான் வேண்டும்.

மனிதனது சிந்தனைக்கு, வேலை தரும் சிறு சிறு செய்திகளையும், நிகழ்ச்சிகளையும், அறியும் தன்மை, ஆராய்ச்சிசெய்திடும் எண்ணம், ஊட்டிடும் புத்தகங்களைப் படிக்கவேண்டும்.

கடந்தகால வாழ்விற்கும், கடந்தகால வாழ்க்கை முறைக்கும், வசதிகளுக்கும், இன்றைய வாழ்வை, வாழ்க்கை முறைகளை, வசதிகளை ஒப்பிட்டுப் பார்த்து, இரண்டிற்கும் இடையே உள்ள இடைவெளியை, முன்னேற்றத்தை, மாறுதலைக் கவனித்து, வேண்டுவன வற்றையெல்லாம், அறிவுக்குத் துணைபுரிந்து வாழ வழிவகுக்கும் கருத்துக்களையெல்லாம் ஊன்றிப் படித் தறியவேண்டும், மாணவர்கள்!

தமிழ் மகன், தமிழன் என்றும், தான் தமிழினம் என்றும் கூறிக்கொள்ள, உணரவைத்திடும் ஏடுகளைப் படித்தே தீரவேண்டும்!

ஆங்கில நாட்டு மாணவன் தன்னை ஆங்கிலேயன் என்று கூறுவதும், ரஷ்ய நாட்டு மாணவர் தம்மை ரஷ்யர்கள் என்று தெரிவித்துக்கொள்வதும், ஜப்பானிய மாணவன்,

ஜப்பானியன் என்று சொல்வதும், சீன நாட்டு மாணவன், தான் சீனன் என்று பெருமைப்படுவ தும், தவறு, அடாத செயல், வேற்றுமை யுணர்ச்சி, என்று கூறுவது எவ்வளவு மடமையாகுமோ பொருந் தாத, அர்த்தமற்ற, ஆதாரமுமற்ற செயலாகுமோ அதைப் போலத்தான் தமிழ்நாட்டு-திராவிட நாட்டு மாணவன் தன்னைத் திராவிடன், தனது நாடு திராவிட நாடு என்று கூறுவதை, உணர்வதைக் கண்டிப்பது மாகும் !

மாணவரின் அறிவு வளர்ச்சிக்கு அணை ! சிந்தனைக்குத் தளை, முற்போக்குக்குத் தடை, தேவையற்றது!

தமிழனின் தன்மான உணர்ச்சிக்குத் தாழ்ப்பாள் போடவேண்டாம். அது இனத்துரோகம் - இழி செயல்!

தமிழினத்தின் தன்மான வரலாற்றைப் படிக்கும் தமிழ் மகன் தமிழ் வீரனாகத் திகழ்வான்! தனது மூதாதையர் ஆண்ட தமிழகத்தின் சிறப்பை, சீரிய வாழ்வைப் படிக்கும் நேரத்தில், இன்றைய நிலையை நினைத்துப் பாராமலிருக்க முடியுமா, அவனால்? அதைச் சீர்திருத்த, செப்பனிட, தமிழகத்திற்குத் தன்மான வாழ் வளிக்க, தனித் தமிழகம் அமைக்கும் ஆர்வம், ஆற்றல், அறிவு அஞ்சாமை தோன்றுமே! இதற்கா தடை தாழ்ப்பாள். தேவையில்லையே!

மாண்ட மறத் தமிழரின் வரலாறுகள் மாணவர் உள்ளங்களில் புரளும்போதும், நாம் மூவேந்தரின் வழி வந்தோர், கலிங்கத்துப் பரணி பாடப்பட்ட நாட்டி லுதித்தோர், சேரன் செங்குட்டுவன் பரம்பரையில் வந்தவர்கள், கடாரம் வென்று கண்ணிய வாழ்வு வாழ்ந்தவர் தான் நமது முன்னோர்கள் என்ற எண்ணங்கள் அவனது மனதில் எழும்போது, அவனது எதிர்காலம் பற்றி அவனது எண்ணக்கோட்டைகள், சிந்தனைத் துளிகள் எப்படியிருக்கும் !

ஆண்ட இனம், அடிமையானதே ! உயர்ந்தவர் தாழ்ந்தனரே-வீரர் வீணரின் அடிபணியும் கீழ் நிலையா, இன்னும்! என்று எண்ணிட மாட்டானா ? சென்ற கால சரித்திர நிகழ்ச்சிகள்,

ஒன்றன்பின் ஒன்றாக கண்ணெதிரே, ஓடும்போது மாணவன் பெருமூச்சு விடுகிறான் !

பெருமூச்சு! ஏக்கத்தில் கிளம்பி, எதிர்காலத்தை நினைத்துப் பார்த்து, எத்தர்களின் ஏடுகளையும், புரட்டர் களின் புளுகுப் புராணங்களையும் நினைத்து நெஞ்சக் குமுறலால், கொதித்திடும் எரிமலையின் அனல் மூச்சாக மாறித் தீராதா?

எரிமலையின்மேல் தண்ணீரை ஊற்றி அணைக்க முயல்வதுபோல, தமிழனது இனத்தை, இனவர லாற்றை, மறைத்து வைத்துப் பயனில்லை இனியும் என்பதை ஏடெழுதிகள் நன்றாக நினைவில் நிறுத்த வேண்டும்!

இத்தகைய எழுச்சி பெறவேண்டிய மாணவர்கள், இத்தகைய எழுச்சியின் வயப்பட்டுப் பள்ளி வாழ்க்கையில், படிப்பதை மறந்துவிடக் கூடாது!

எதிர்கால ஏற்றத்தின், உயர்வின், ஏணி, படிக்கட்டு -இன்றைய உங்கள், 'பள்ளி வாழ்க்கை' என்பதை மறக்க வேண்டாம்!

அறிவுதரும் வாழ்வைப் பாழாக்கிக் கொள்ளாதீர்! அலட்சியப் படுத்தாதீர், அறிவுபெறும் வாழ்வுப் பகுதி யான, பள்ளி வாழ்க்கையை!

தமிழனுக்கு, இழந்த உரிமையை மீண்டும் பெற் றுத் தரும் ஆயுதம் 'பள்ளி வாழ்க்கை', நமது அறிவுக் கோட்டையென்ற மதிலில் அமர்ந்திருக்கும் பிற்போக்குச் சக்திகளைக் கொன்று குவிக்கப்போகும் வெடிகுண்டுகள் நீங்கள் பெறும் 'பள்ளி வாழ்க்கை'! நினைவிருக்கட்டும்! நன்றாக நினைவிருக்கட்டும்!

'பள்ளி வாழ்க்கை' முடிந்து 'வாழ்க்கை'யில் புகுந்திடும் நேரத்திற்குத் தேவையான, உபயோகமான வாழ்க்கைக் கல்வியை வளப்படுத்திக் கொள்ளுங்கள் பள்ளி வாழ்க்கையில், என்பதை மீண்டும் வலியுறுத்திக் கூறுகிறேன்.

இன்றைய மாணவர்கள்தான் வருங்காலத் தலைவர்கள், நாட்டிற்கு! இவர்களிலிருந்துதான் வருங்கால விஞ்ஞானிகளும், விரிவுரையாளர்களும் தோன்றிடப் போகிறார்கள்! பள்ளி ஆசிரியர்கள், கல்லூரிப் பேராசி சிரியர்கள், பொருளாதார நிபுணர்கள், சமுதாயத்தைச் சீர்திருத்திடும் சிந்தனைச் சிற்பிகள், சன்மார்க்க போத கர்கள், ஆட்சியாளர்கள், அரசாங்க அலுவளாளர்கள், அரசாங்கத் தூதர்கள், போர் வீரர்களை நடத்திச் செல்லும் தளபதிகள், புத்தகவித்தகர், கவிகள் கதாசிரி யர்கள், காவியும் புனைவோர் கட்டுரை வரைவோர், கலைக்கூடங்களைக் கட்டித்தரும் கட்டிட நிபுணர்கள், கலாவல்லுநர்கள், சரித்திரப் பேராசிரியர்கள், ஆராய்ச்சியாளர்கள், அறிவுலகச் சிற்பிகள், அறிஞர்கள் ஆகிய அனைவரும், உண்டாகும் இடம், உண்டாக்கப்படும் உலைக்கடந்தான், 'பள்ளி வாழ்க்கை' !

இத்தகைய சிறந்த பயிற்சி. முயற்சி தரப்படுகிறது, பள்ளி வாழ்க்கையில், மாணவருக்கு !

பள்ளி வாழ்க்கையில், மாணவர் படிப்பில் முழு கவனத்தையும், கருத்தையும் செலுத்த வேண்டும், முதலில்!

பள்ளி வாழ்க்கையில், பரந்த அரசியல் உலகிலே அவர்கள் நுழையக்கூடாது; நுழைந்து அரசியலில் நேரடியாக ஈடுபடவுங் கூடாது!

மாணவர்கள் அரசியலில் ஈடுபடக் கூடவே கூடாது! என்பதை என்பதை வலுயுறுத்திக் கூறுகிறேன் !

மாணவர்கள் அரசியல் உலகை, அரசியலின் போக்கை, மாறுதல்களை, மாற்றங்களை அரசியல் நிகழ்ச்சிகளை, தந்திரங்களைத் தவறாது கவனித்து வர வேண்டும். அரசியல் அலைகளை அறியத்தான் வேண்டும். மாணவர்கள் அரசியல் அறிவு பெறவேண்டும் என்று கூறுகிறேன் ! ஆனால் அதே நேரத்தில், அன்றாட அரசியல் வாழ்வில், அரசியல்

நிகழ்ச்சிகளில் சிக்கிவிடக் கூடாது, நேரடித் தொடர்புகொண்டு அரசியல் வாழ்வாக, பள்ளி வாழ்க்கையை மாற்றிக்கொள்ளும், மாற்றிக்கொண்ட நிலைக்கு, சூழ்நிலைக்குச் செல்ல வேண்டாம் என்றும் கூறிடத் தவறமாட்டேன் !

அரசியல் அறிவு தேவை, அரசியல் நிகழ்ச்சிகளைக் கவனித்து வரவேண்டும்; ஆனால் அரசியலில் பங்கு கொள்ளக்கூடாது, பள்ளி மாணவர்கள் !

மாணவர்கள் அரசியலில் நேரடியான பங்கு கொள்ளாமல், அரசியலின் போக்கைக் கருத்தில் கொள்ள வேண்டும். பள்ளி வாழ்க்கை, முடிந்து, பழைய மாணவன் என்ற நிலைக்குச் சென்ற பின்னர்தான் மாணவர்கள் அரசியலில் ஈடுபடுவது நல்லது!

இதனை மாணவர்கள், நன்றாக நினைவு கொள்ள வேண்டும். வீணே, அரசியல் சூதாட்டத்தில், சுழற்சி யில் சிக்கி, பள்ளியில் படிப்பதைவிட்டு, வெறும் உணர்ச்சி வேகத்தில் இறங்கி, அறிவைப் பெருக்கிடும் கல்வியறிவைப் புறக்கணித்துப், பின்னர் வருந்தும் வகையில் மாணவர் உள்ளம், அமையக் கூடாது, கூடாது, கூடவே கூடாது என மறுமுறையும் வற்புறுத்துகிறேன்!

பள்ளி வாழ்ககையில் பள்ளி மாணவரைப் பக்குவப்படுத்தும் பெரும்பணி, பள்ளி ஆசிரியரைச் சேர்ந்திருக்கிறது, என்பது அனைவரும் அறிந்ததே!

பள்ளி ஆசிரியர் வாழ்வு, இன்று சுவைதரும் வாழ்வாக, வாழ்க்கைக்குத் தேவையான, சாதாரண வசதிகள் கூடக் கிடைக்க முடியாத அளவில்தான் அவர்களது ஊதியம், சம்பளம் அமைந்திருக்கிறது! வறுமை ஆசிரியர்களின் தோழனாகவே என்றும் அமைந்திருக்கிறது! பரிதாப நிலை !

இந்தப் பரிதாபநிலையிலும், பள்ளி மாணவருக்குக் கல்வி கற்றுத்தரும் அவர்களது பணி, நாட்டுக்குத்தரும் நல்ல, நன்மைதரும் பணியாகும்!

ஆசிரியர்கள், பள்ளிகளிலே, பலப் பலவிதமான மாணவர்களையும் ஒருங்கே, ஓரிடத்தில் சந்திக்கின்றனர். அதுமட்டுமல்ல, அவர்கட்குப் பாடபோதனையும் செய்து, பக்குவப்படுத்தி, 'படித்தவன்' என்ற நற்சான்று தரும் நிலையிலும் இருக்கிறார்கள் !

ஆசிரியர்கள்,ஏதோ, பள்ளிக்கு வந்தோம், பிள்ளை களைக் கட்டி மேய்த்தோம், பாடத்தைப் போதித்தோம்,

படிக்கிற பிள்ளைகள் படிக்கட்டும், படிக்காதவர் போகட்டும், நாமென்ன செய்யமுடியும், என்ற அளவோடு நின்று, பரீட்சைக்குக் கேள்விகளைத் தயாரித்துத் தந்து, விடைத் தாள்களைத் திருத்தி, 'தேர்வு' அறிவிப்பதோடு தமது கடமை, ஊதியத்திற்கேற்ற உழைப்பு முடிந்தது என்று இருந்திடக் கூடாது!

சம்பளமோ, குறைவு! வீட்டிலோ, தொல்லை ! பிள்ளைகளின் குறும்புத்தனமோ, சொல்லுந்தரமன்று, பள்ளிகளில்! மட்டிப் பிள்ளைகள், மந்தபுத்தி படைத்த மண்டூகங்கள், சுட்டிப் பிள்ளைகள், கெட்டிக்கார மாண வர்கள், சோம்பேறி மாணாக்கர், குறும்பன், கோமாளி இன்னும் எத்தனையோ வித மனோபாவங் கொண்ட மாணவர்கள் பள்ளிகளில் படிக்கிறார்கள்.

இவ்வளவு முரண்பட்ட குணங்கள் படைத்த மாணாக்கரையும் நல்வழிப்படுத்தி, நல்வாழ்வுப் போதனை புரிந்து, நல்லமுறை, தீய முறைகளைத் தெளிவுபடுத்திக் காட்டி, பாடங்களையும் போதித்துப் பண்புடைய மாந்த ராக, தெளிந்த, படித்த மனிதராக மாணவரை உருக்கி வார்த்திடும் ஒரு புரட்சி மனிதன், ஆசிரியன்.

மாணவப் பருவத்தில் ஆசிரியர்கள் அன்பொழுகப் பேசி, ஆர்வமுடன் நேசித்து, அடக்கி, ஒடுக்கி, சில பல நேரங்களில் அடித்துங்கூடப் படிப்பிக்கும் பாடங்கள், படிப்பினைகள்,

பழக்க வழக்கங்கள், நல்லொழுக்கங்கள் தான் மனிதனது வருங்கால வாழ்க்கை வளத்திற்கு ஆரம்பம், ஆணிவேர், அடிப்படை, வழிகாட்டியு மாகும் !

ஆசிரியர்கள் தங்களது பொறுப்பை நன்கு உணர்ந்து, தங்களின் பிற்கால சந்ததிகளான, இன்றைய மாணவ உலகை, நல்ல அறிவுபெற்று, வருங்காலத்தை, வாழ்விக்கும் வகையில் பண்படுத்திட வேண்டும்.

பல மாணவருக்குப் 'படிப்பு வரவில்லை', தகுதியும் திறமையும் இல்லாத மாணவர்களைக் கட்டியழ வேண்டியிருக்கிறது, என்று பலர் கூறிடக் கேட்கிறோம் !

தகுதியும் திறமையும்! 'படிப்பு வரவில்லை, வராது!' வேடிக்கையான சொற்றொடர்கள், வேதனை தரும் சொற்றொடர்கள், இவை!

தகுதியற்றவன், தகுதியில்லாதவன், திறமையற்ற வன், திறமையில்லாதவன்! எதனால்? ஏன்? படிப்பு வரவில்லை, படிப்பு வராது! எதனால், ஏன் ! என்ற கேள்விகளை, எழுப்புங்கள்? எழுப்பிப்பாருங்கள்.

ஒரு சில மாணவர்கள் மட்டும் தகுதியுடையோராயும், திறமை படைத்தவராயும், வேறுபலர் தகுதியும் திறமையும் இல்லாதவராயும் இருந்திடக் காரணம் என்ன? தகுதி எதிலே இல்லை, ஏன்? திறமை எதிலே குறைவு, எதனால்?

தகுதியும் திறமையும் படைத்தவர்கள் யார்? யார்?

எந்தெந்த மாணவர்கள்? எத்தகைய வசதி படைத்தவர்கள், எந்தவிதமான பரம்பரையில், வாழ்க்கைச் சூழ்நிலையில் வாழ்பவர்கள்? என்று ஆராய்ந்து பாருங்கள் ?

தகுதி யாருக்கு இல்லை, திறமை எவரிடம் குறைந்திருக்கிறது, இல்லாமலிருக்கிறது, படிப்பதிலே, பள்ளிப் பாடங்களைப் படித்துத் தேர்வில், அதிக மார்க்குகள் பெற்றுத் தேர்ச்சிபெற

முடியாத மாணவர்கள், யார், யார், எத்தகைய வசதிபடைத்தவர்கள்? எந்தெந்தப் பரம்பரையில், வாழ்க்கைச் சூழ்நிலையில் வாழ்பவர்கள் என்றும் ஆராய்ந்து பார்க்கவேண்டும்?

தகுதி யாருக்கு இருக்கிறது. யாரிடமிருக்கிறது? திறமை எவருக்குத் தன்னாலே வருகிறது, படிப்பில், ஏன்? யோசிக்கவேண்டும்.

இந்த நாட்டில், தமிழ்த் திருகாட்டில், ஏற்கனவே, பரம்பரை, பரம்பரையாகப் படித்த பரம்பரையினராகவே, படித்த குடும்பங்களாகவே, படித்த மக்க ளாகவே வாழ்ந்து, வளர்ந்து வரும் சில பரம்பரைப் படிப்பாளிகள், படித்த பரம்பரைகள் இருக்கின்றன !

அண்ணன் படித்தவன், அப்பா கற்றவர், பாட்டன் பண்டிதர், ஒரு அண்ணன் வக்கீல், மற்றவன் மருத்துவர், இன்னொரு அண்ணன், அரசாங்க அலுவகத்தில் வேலை பார்ப்பவன், வேறொருவன் பள்ளிப் பேராசிரியர். தாய், தமக்கை, தங்கை அத்தனைபேரும் படித்தவர்களே! அத்திம்பேரும் சரி, மைத்துனர், மாமி, எல்லோரும் படித்தவர்கள் என்ற சூழ்நிலையில் வாழும் குடும்பங்கள், வசதியான குடும்பங்கள், படித்த பரம்பரைகளாகவே இன்றும் இருந்திடக் காண்கிறோம்.

இத்தகைய வாழ்க்கை வசதியையும், வளமான சூழ்நிலையையும், படித்த பரம்பரை வாசனையையும் வழக்கத்தையும், கொண்ட குடும்பத்தில் உதித்த மாண வருக்குத் தகுதியும் திறமையும், இருப்பதிலே, படிப்பவனாக, பள்ளியிலே, பரிட்சையிலே கெட்டிக்காரனாக, வகுப்பில் முதல் மார்க்கு பெறுபவனாக விளங்குவதிலே என்ன விசித்திரம், தகுதி, திறமை இருக்கிறது!

படித்த வீட்டுப் பிள்ளை, பரம்பரை பரம்பரையாக; வாழ்வின் துன்பச் சாயலைக் காணாத, காணவேண்டிய தேவையற்ற வாழ்வு, உண்ணல், உறங்கல், படித்தல், விளையாடல் தவிர

வேறு வேலையற்ற வசதியான வாழ்க்கை வளப்பத்தையும் கொண்ட மாணவனுக்கு ஏன், தகுதியும் திறமையும் இருக்காது! இருக்கத்தான் இருக்கும்?

தகுதி - திறமை, வசதியுடையோருக்கு, சுற்றுச் சார்பும் சூழ்நிலையும் சுகமாக அமைந்துள்ளவருக்கு, படித்த பரம்பரையில் தோன்றியவருக்கு, தானாகவே அமைகிறது, படிப்பதிலே !

ஏழைக் குடியானவனுடைய மகனுக்குத் தகுதியும் திறமையும் இல்லை, கற்பதில் என்று கூறிவிட்டால் மட்டும் போதாது! ஏன் இல்லை அவனுக்குத் தகுதி!

எதனால் காணமுடியவில்லை அவனிடம், திறமையை! என்று எண்ணிப்பார்க்க வேண்டும்?

ஏழையின் வாழ்வு எத்தகையது? அவனது இருப்பிடம், வாழும் வகை, வசதி, படிப்பதற்குச் செலவிடப் படும் காலம், நேரம், பணம் இவற்றையும் இதற்கெல் லாம் பொருந்தும் முறையிலே, நிலையிலே, அவனது வாழ்வு, வாழ்க்கைத்தரம் வளமாக, வசதியாக அமைந் துள்ளதா? என்று கூர்ந்து நோக்கவேண்டும்.

ஏழைக் குடியானவனுடைய மகன், அதிகாலையில் எழுந்து, தன் தந்தையோடு, வயல்களுக்குச் சென்று தந்தைக்குத் துணை செய்யவேண்டிய அவசியத்தில் இருக்கிறான். காலையிலே, கழனிக் காரியங்களை முடித்துவிட்டுக் கிடைத்த கம்பையோ, கேழ்வரகுக் கூழையோ, கஞ்சியையோ குடித்துவிட்டு, ஏதோ கிடைத்த கட்டுச் சோற்றை, பழைய சோற்றைத் தூக்கிக்கொண்டு, பல மைல் தூரங்கூட, நடந்துசென்று படிக்கவேண்டிய பரிதாப நிலைமையிலே, இருக்கிறான் !

வேண்டிய உணவு, வசதியான இருப்பிடம், தேவை துணி மணிகள், ஏன், பாடப் புத்தகங்கள் அத்தனையையும், எல்லாப் புத்தகங்களையுங்கூட, வாங்கிட முடியாத, வறுமை வாழ்வு, அவனது வாழ்வு.

வாழ, அவன், அந்த ஏழை மாணவன், தன் குடும்பத்தாருடன் உழைக்கவேண்டும், உதவி செய்யவேண்டும்! கிடைப்பதை உண்டு, கிழிந்த உடைகள் உடுத்தி, அரைகுறையான அவல வாழ்வு வாழ்கிறான். அத்துடன் படிக்கிறான். அந்தக் குடும்பத்திலே, பள்ளி வாழ்வைக் கண்டவன், குடும்பத்தின் முதல் படிப்பாளி, முதல் மாணவன் அவனாகத்தான் இருப்பான்.

பாடபுத்தகங்கள் அனைத்தையும் வாங்க முடியாத வறுமை நிலை ! பல மைல் நடந்து சென்று படித்துத் திரும்பும் பாரம்! குடும்ப பாரம் வேறு! இந்தச் சூழ் நிலையில், அவனிடம் தெளிவு எங்கே இருக்கும், இருக்கத் தான் முடியும்!

இவ்வளவு நெருக்கடியான வாழ்க்கைச் சுழலில் சிக்கியுள்ள, அந்த ஏழை மாணவன், படிப்பில் ஓரளவு, தேர்வுக்குத் தேவையான குறைந்த அளவு மார்க்குகள் கூட அவனால் சில பல நேரங்களில் பெற முடிவதில்லை! சூழ்நிலை காரணமாகப் படிப்பு வரவில்லை என்பது மட்டுமல்ல, சூழ்நிலை காரணமாகவே அவனது எண்ணம், உணர்வு, ஊக்கம், படிப்பில் செல்லவில்லை, செல்ல முடியவில்லை, என்பதையும், வறுமைச் சூழ்நிலைதான் அவனது தகுதியற்ற, திறமையற்ற தன்மைக்குக் காரணம் என் பதையும் மறக்கக் கூடாது!

நிம்மதியான வாழ்க்கையில் வாழ்கின்ற மாணவனை விட, நிம்மதியற்ற வறுமை வாழ்வு வாழ்கின்ற மாணவன் பெறும் குறைந்த மார்க்குகளை மட்டும் பார்த்துத் தகுதி- திறமையைக் கணக்கிடக் கூடாது!

அவரவர் சூழ்நிலைக் கேற்ப, தகுதியும் திறமையும். படிப்புத்துறையில் மட்டுமல்ல, வாழ்வின் எல்லாத் துறைகளிலும், ஒவ்வொரு முறைகளிலும் அமைந்திருப்பதைக் காண்கிறோம்.

எனவே, தகுதி- திறமை, இல்லாத ஏழை, எளிய வரை, பின் தங்கிய சமுதாயத்தை, படிப்பு வராத இனத்தை மேலும் பின் தங்கிடும் நிலைமையிலேயே விட்டு விட்டு, ஏற்கனவே படித்த பரம்பரையில், சூழ்நிலையில் வாழ்ந்து, வளர்ந்து நிற்கும் படித்த மக்களை, பணக்காரப் பிள்ளைகளை, படித்த பரம்பரையான பார்ப்பன மாண வர்களை மட்டுமே முன்னேற்றப் பாதையில் விரைந்து அனுப்பிக் கொண்டே செல்வது, முறையல்ல, தகுதியு மல்ல, மனிதப் பண்புக்கே முரண் பட்டது மாகும்.

இது மக்களாட்சிக் காலம். மனிதன் ஒவ்வொரு வனுக்கும் உரிமை உண்டு. ஒவ்வொரு மனிதனும் வாழ வேண்டும். மனிதனை மனிதன் சுரண்டுவது, ஏய்ப் பது, தாழ்த்துவது கூடாது என்ற கொள்கை பூத்து வரும் மறுமலர்ச்சியுகம், இந்தக்காலம்.

மனித உரிமை, தனி மனிதனது உரிமை, பிற மனி தரைத் தாழ்த்தாத, வாழ முடியாது செய்ய முடியாத, செய்யாத தனி மனித உரிமை எங்கும் ஏகோபித்துப் போற்றப் பட்டு வருகிறது, உலகில் !

உரிமை! வாழும் உரிமை எல்லோருக்கும் உண்டு. படிக்கும் உரிமை, வாழும் உரிமையில் முக்கிய பகுதி!

அறிவு பெறும் பகுதி ! அறிவு வளர்ச்சிப் பகுதி!

இந்தப் பகுதியில், பள்ளி வாழ்க்கையில், தகுதியையும், திறமையையும் மட்டும் பார்த்து, மாணவரைச் சேர்த்தால், பள்ளி வாழ்க்கையில், பாமர மக்கள், ஏழை, எளியவர்கள் எப்படி நுழைய முடியும்.

படித்தவன், பணக்காரன், பார்ப்பனன் என்ற, ஏற் கனவே வசதியும் வாய்ப்பும், வளமான வாழ்க்கை நிலை யினர், படித்த

பரம்பரையினர் ஆகியவரின் ஏகபோக உரிமையாகப் பள்ளி வாழ்க்கை அமைந்திடக் கூடாது!

பின் தங்கிவிட்ட, பிறப்பாலும், பிற்போக்குக் கொள்கைகளாலும், வறுமை நிலையினாலும், பின் தங்கி விட்ட மக்களை, மற்றவருடன் முன் வந்து நிற்கும் நிலைமைக்குக் கொண்டு வர வேண்டும்!

மனித உள்ளம், பிறரையும் வாழ வைக்க வேண்டும், தன்னைப் போல். தன்னுடைய உரிமைகளைக் குறைத்து, தனது ஏக போகத்தை விட்டுக் கொடுத்து, பின் தங்கிய மக்களுக்குச் சலுகைகள் வழங்கி, அவர்களுக்குச் சந்தர்ப்பங்களை உண்டாக்கித் தந்து, முன்னேற்ற வேண்டும், என்ற எண்ணம், எழுச்சி, கிளர்ச்சி, நாடெங்கும் தேவை! மிகமிகத் தேவை!

இருக்கும் பள்ளிகளோ, குறைவு ! மாணவர் தொகையோ, மிக அதிகம்! புதிய பள்ளிகள் அமைத் திடப் போதிய பணமில்லை, இடமில்லை என்று கூறி; பள்ளியில் சிறந்த தகுதியுடையவர்களையே, திறமைசாலி களையே சேர்க்க வேண்டும் என்று கூறுவது பின் தங்கிய மக்களுக்குச் செய்யும் மகத்தான துரோகமாகும்.

உலகயுத்தம் மூண்டது! உணவுப் பஞ்சம் ஏற்பட்டது, நாட்டில்! அவசியமான உணவுப் பொருள்களை, அரசாங்கத்தார், அளந்து, பங்கிட்டு வழங்கவில்லையா மக்களுக்கு!

அதிக வயல்கள், வசதிகள் பெற்றவர் என்பதற்காக, அளவு முறை, பங்கீட்டுக் கொள்கையை விட்டு விடமுடியுமா, சிலரிடம் உணவுப் பங்கீட்டில்! முடியாதே!

அது போலவே, கல்வி நிலையங்களில், மக்கள் தொகைக்கேற்ப, அத்துடன் பின் தங்கியவர்களை, மற்ற வர் நிலைக்கு உயர்த்தும் உள்ளத்தையும் கொண்டு, மாண வரைச் சேர்த்திடும் முறை, வகுப்பு நீதி தேவை, கம்யூனல் ஜி.ஒ. கட்டாயம் தேவை, வகுப்புகள் உள்ள வரையில்! வகுப்புகள்,

சமூகங்கள் வாழ்ந்திட, எல்லாச் சமூகங்களும் சமமாக வாழ்ந்திட!

பள்ளிகள் இல்லை, பணமில்லை, இடமில்லை என் றெல்லாம் இருக்கும் நிலையை மாற்ற ஆளவந்தார் ஆவன செய்யவேண்டும் !

ஆளவந்தார்-நாட்டை ஆண்டிடும் அரசியலார், அறிவு வளர்ச்சிக்கு. பள்ளி வாழ்க்கைக்கு முதலிடம் தந்து, அதற்கான எல்லாவற்றையும் செய்யவேண்டும். வீண் திட்டங்களை விட்டு மக்களை விவேகிகளாக்கிடும் பள்ளி வாழ்க்கையைப் பண்படுத்தும் வகையில் பணத் தைச் செலவிடவேண்டும்!

மக்கள் வாழ்க்கைத்தரம் குறைந்தவர்களாக வாழாத வர்களாக, வாழமுடியா தவர்களாகவே விளங்குகின்றனர். பெரும்பாலான மக்கள், உள்ளநிலை, இதுதான், இன்று, இந்தத் தமிழ்த்திரு நாட்டில்!

வாழ்க்கையின் ஒவ்வொரு அங்கத்திலும் இன்று திறமை தேவைப்படுகிறது ; அறிவு அவசியமாகிறது! தகுதி முக்கியமாகக் கருதப்படுகிறது!

தகுதி, திறமை, திட்டமிடும் வன்மை, எதையும் திருத்தமாக, தெளிவாக முடித்திடும் ஆற்றல், அறிவு, ஆராயுந்திறன் இத்தனையும் இன்று தேவை, மனிதனுக்கு!

மனித வாழ்வு இன்று முன்னேற்றமடைய மூளை பலம் அதிகம் தேவைப்படுகிறது. சிந்தனைத் தெளிவு, சிக்கலான பிரச்சினைகளை ஆய்ந்து, அலசிப்பார்த்து முடிவு கட்டிடும் மனத்திறன், மனவலிமை முக்கியமான அங்கம் வகிக்கிறது, மனிதவாழ்வில்!

சிந்தனை செய்ய மனிதன் துணிவு பெறவேண்டும். துணிவு, தேவைதான், சிந்திக்கக்கூடத் துணிவு தேவை யான நிலைதான் இன்று, மனிதனுக்கு !

இதை ஆராயக்கூடாது; இதைப்பற்றிப் பேசவே கூடாது; அதைப்பற்றிச் சந்தேகப்படாதே!

ஆண்ட வன் கட்டளையை மீறாதே; அடங்கிவாழ், அற்ப மானிட வாழ்வைப் பெரிதென நம்பி, ஆசாபாசங்களுக் குக் கட்டுப்படாதே ! தேவனை நம்பு! பக்தியோடு வாழ், மத நம்பிக்கையோடு! மகான்களைப் போற்று! மடாலயத் திருப்பணிக்கு உதவு! என்றெல்லாம் நாட்டில் கூக்குரல், பழக்க வழக்கத்தின் பேரால் சாஸ்திர சம்பிரதாயத்தின் போரால், எழும்பிடக் கேட்கிறோம்.

இந்த நிலையில், சிந்தித்திடத் துணிவு, தேவைப் படுகிறதல்லவா? எனவே சிந்திக்கக்கூட, துணிவு, தீர்மானமான எண்ணம், நிச்சய புத்தி, தேவைப்படுகிறது என்ற நிலை, உள்ளநிலை!

இந்த நிலை மாறி, துணிவு ஏற்பட்டு, சிந்திக்க முனைந்த மக்களாய் மனிதஇனம் மா றிட, தமிழர்கள் தன் மானத்துடன் வாழ, தமிழறிந்த தமிழர்களாய், தமிழ் கற்ற தமிழராய்த் தமிழரெல்லாம் விளங்க, வாழத் தமிழ் கற்றுத் தெளிவு பெறுங்கள்!

மாணவரே. பள்ளி வாழ்க்கையில் பற்றுவைத்து தெளிந்து, பகுத்தறிவுடன், உலகியலைக் காண, உலகத்தோடு உயர்ந்து வாழும் வழிகாண, படியுங்கள் ! படித்துத் தெளியுங்கள் !

தமிழனத்தை வீறுகொண் டெழச் செய்து,தமிழ்த் திருநாட்டை அமையுங்கள் !

திருநாடு, திராவிட நாடு, தமிழின மக்களான, ஆந்திர,கேளர, கன்னட, மலையாளரைக் கொண்ட தனி நாடு அமைவதற்கு, அமைப்பதற்கு, அறியாமையைப் போக்கிடும் அறிவை ஆராய்ச்சித் திறனை, இனவரலாறு களை, உத்தமர் வாழ்க்கை ஏடுகளை, விஞ்ஞானத்தை, விரிந்த உலக நிகழ்ச்சிகளைக் கற்றுத் தெளிவு பெறுங்கள், திடபுத்தி படைத்தவராக, தீரத்

தமிழராக, தன்மானச் சிங்கங்களாக விளங்க அடிப்படை காணுங்கள், பள்ளி வாழ்கையில்!! வணக்கம் !!

★★★

9 788199 64502